ரோஸ் கலர் ஆனை

ரோஸ் கலர் ஆனை

சிவசங்கர் எஸ்.ஜே. (பி. 1976)

எழுத்து, காட்சி ஊடகம், ஆய்வு எனப் பன்முகத் தளங்களில் தொடர்ச்சியாக இயங்கிவருபவர். ஐந்து குறும்படங்களையும் இரண்டு ஆவணப் படங்களையும் வெளியிட்டுள்ளார்.

இரண்டு சிறுகதைத் தொகுதிகளும், 'நீலகேசி' என்னும் குறுநாவல் தொகுப்பும் 'யா–ஓ (மறைக்கப்பட்ட மார்க்கம்) என்கிற மறை புனைவு' நூலும், மூன்று மொழிபெயர்ப்புக் கவிதைத் தொகுப்புகளும் இவருடைய ஆக்கங்கள்.

தொடர்புக்கு: *prismshiva@gmail.com*

ஆசிரியரின் பிற நூல்கள்
காலச்சுவடு வெளியீடுகள்

சிறுகதைகள்
- சர்ப்பம் அவளை வஞ்சிக்கவில்லை

மொழிபெயர்ப்பு
- அம்பேத்கர் கடிதங்கள்

சிவசங்கர் எஸ்.ஜே.

ரோஸ் கலர் ஆனை

காலச்சுவடு பதிப்பகம்

அன்பார்ந்த வாசகருக்கு,

வணக்கம்.

காலச்சுவடு நூலை வாங்கியமைக்கு நன்றி.

நூலின் உள்ளடக்கம், உருவாக்கம், அட்டைப்படம் இன்ன பிற அம்சங்கள் பற்றிய உங்கள் கருத்துகளையும் ஆலோசனைகளையும் காலச்சுவடு வரவேற்கிறது. தகவல், எழுத்து, வாக்கியப் பிழைகள் தென்பட்டால் கட்டாயம் தெரிவித்து உதவுங்கள். நூல் தயாரிப்பில் கடும் குறைபாடு இருப்பின் மாற்றுப் பிரதி உங்களுக்குக் கிடைக்கக் காலச்சுவடு ஏற்பாடு செய்யும்.

மின்னஞ்சல்: **publisher@kalachuvadu.com**

காலச்சுவடு நாகர்கோவில் அலுவலகத்துக்குக் கடிதம் அனுப்பலாம்.

தங்கள்
எஸ்.ஆர். சுந்தரம் (கண்ணன்)
பதிப்பாளர் – நிர்வாக இயக்குநர்

ரோஸ் கலர் ஆனை ◆ சிறுகதைகள் ◆ ஆசிரியர்: சிவசங்கர் எஸ்.ஜே. ◆ © சிவசங்கர் எஸ்.ஜே. ◆ முதல் பதிப்பு: அக்டோபர் 2023 ◆ வெளியீடு: காலச்சுவடு பப்ளிகேஷன்ஸ் (பி) லிட்., 669, கே. பி. சாலை, நாகர்கோவில் 629001

காலச்சுவடு பதிப்பக வெளியீடு: 1199

roos kalar aanai ◆ Short Stories ◆ Author: Sivasankar S.J. ◆ © Sivasankar S.J. ◆ Language: Tamil ◆ First Edition: October 2023 ◆ Size: Demy 1 x 8 ◆ Paper: 18.6 kg maplitho ◆ Pages: 128

Published by Kalachuvadu Publications Pvt. Ltd., 669, K.P. Road, Nagercoil 629001, India ◆ Phone: 91-4652-278525 ◆ e-mail: publications@kalachuvadu.com ◆ Printed at Adyar Students xerox Pvt. Ltd., No. 275 Habibullah Road, Triplicane High Road, Opp Triplicane Post Office, Triplicane, Chennai 600005

ISBN: 978-81-19034-24-6

10/2023/S. No. 1199, kcp 4673, 18. 6 (1) rss

தீப்பற்றிய கூரையில் திடீர் மழையாகப் பொழிந்த அன்புத் தம்பி
பா. இரஞ்சித்திற்கு

நன்றி

வனம்

காலச்சுவடு

யாவரும்

நீலம்

பொருளடக்கம்

முன்னுரை: பறத்தல் கனமற்றது	11
கண்டடைதல்	15
சுற்கா	23
காட்சைப்பாடுகள்	34
பஞ்சாரப் புழு	44
கயப்பு	53
ஊற்று	63
ஒரு ஊருல ஒரு பயில்வான்	71
பிள்ளைத்தடம்	78
கள் போலே பாலும் உண்டு	87
எரட்டப் பிலாவு	97
பீடி	104
குடம்	114
சொற்குறிப்புகள்	121

முன்னுரை

பறத்தல் கனமற்றது

மண்டை முழுக்க நிரம்பி வழியவழியக் கோட்பாடுகளும் அரசியலும் தத்துவமும் ஒருபுறம் தெளிவைக் கொடுத்திருந்தாலும் மறுபுறம் எழுத்தின் ஒவ்வொரு சொல்லையும் அவை உள்ளூரத் தணிக்கை செய்துகொண்டே இருந்ததை அறிய நேர்ந்தது தற்செயலானது அல்ல. எத்தனை விலை கொடுத்தாலும் சுதந்திரத்தை இழக்க விரும்பாத எனது அகம் சுருங்கிப் போனது. நான் கற்றவற்றை மறக்க விழைந்தேன். பாவனைகளாலும் போலிச் சொற்களாலும் தோற்றுக்கொண்டிருந்த என் ஆன்மா அவற்றை உதறி எழுந்தபோது நான் பால்யத்தின் பாவமின்மைக்குள் கண்விழித்தேன். ஏதோவொரு ஆழத்தில் பனிக்காலத் தூக்கம் கொண்டிருந்த, உயரம் குறைந்த நினைவுகள் கிளர்ந்தெழுந்தன. அலைகள் பாறைகளில் மோதும் வேகத்துடன் கதைகள் பீறிட்டு உருப்பெற்றன. நான் கற்றவற்றை முழுக்க மறந்துவிட்டால் என்னால் நிச்சயம் பறக்கக்கூட முடியும் என்பதைச் சின்ன வயதில் நான் வளர்த்த மைனாக் குஞ்சும் சொல்லிப் போனது.

அடர்த்தி குறைந்த நீர்த்துப்போன சொற்களைக் கொண்டு நான் குழந்தைமையின் தெருக்களை, ஒளிந்து விளையாடிய நிலத்தின் வரைபடத்தை மீளக் கண்டடைந்தேன். அந்த நிலம் என்னை ஆற்றுப்படுத்தியது. தலை கோதித் தழுவிக்கொண்டது. அந்நிலத்தின் கிழவிகள், அக்காக்கள், அண்ணன்கள்,

கூட்டாளிகள் பரிச்சயமாய்ச் சிரித்தார்கள். மாய உலகிலிருந்து திரும்பிய என்னைப் பழைய குளத்தில் நீராட அழைத்தார்கள். நான் மூழ்கி எழுந்தேன். என் பாவங்கள் கரைந்து கரையேறியபோது அரை நிஜார் அணிந்திருந்தேன். முப்பது வயது மறைந்திருந்தது. மூளையின் சிறு மடிப்புகளிலிருந்த வலி சிறிது குறைந்திருந்தது.

அதன் பிறகான பொழுதுகளில் மனிதர்களின் ஞாபகங்கள் பொங்கி எழுந்துவரத் தொடங்கின. எப்போதோ ஒருநாள் சந்தித்த மனிதன் ஒரு கதையைக் கையளித்தான். நான் சிறு வயதில் வழிதவறியபோது கூடு திருப்பிய முதியவர் ஓர் அத்தியாயத்தைத் தந்தார். விரும்பி உண்ட தின்பண்டம் ஒரு கதையைத் தந்தது. நான் புறக்கணித்த, என் அறிவு உதாசீனப்படுத்திய எல்லாரும், எல்லாமும் எனக்குக் கதைகளைத் தந்தார்கள். ஆழ்கடலில் போத்தலுக்குள் அடைபட்டிருந்த ஜின்னைப் போன்று எனக்குள் புதைந்து கிடந்த கதைகளின் மூடியைத் திறந்துவிட்டேன். அப்படியாக நான் இந்தக் கதைகளை என்னிலிருந்தும் விடுவித்தேன். இதனூடே நான் என்னையே நிராகரித்துக்கொள்கிறேன்.

சீரிய/தீவிர எனத் தோற்றமளித்த நகல்களும் பாவனைகளும் நகல்களின் பாவனைகளும் பாவனைகளின் நகல்களும் என் கடிகார முட்களை, என் நாட்காட்டிகளைத் தின்று தீர்த்த அந்தப் பசியின் வேட்கையைக் கையாளக் கற்றுக்கொண்டேன். தாமதம்தான் எனினும் நல்ல வேளை இன்னும் எனக்கு மிச்சம் இருக்கின்றன பருவங்கள்.

உலோக எடைகொண்ட சொற்களைப் பாவித்த காலங்களில் யாராலும் அவற்றைத் தாங்க முடியாமல் புழுதியில் விழுந்ததைக் கண்டு நெஞ்சு குறுகிப் பதறிப்போனது. இத்தனை எடை தேவையா என்ற அறிவுரைகளின் போதாமையில் சொற்கள் அப்படியே கிடந்தாலும் தூக்கிச் சுமந்த உக்கிரம் குறையவில்லை. இந்தக் கதைகள் ஒருவகையில் அவ்வுக்கிரத்தின் குழந்தைகள். சொற்களுக்கு அடர்த்தி மட்டுமே தகுதியில்லை என்பதை உணர்ந்த போது நடந்தது வேதி மாற்றம். சொற்கள் நீர்மங்களாகவோ வாயு வடிவத்திலோ நெகிழ்ந்து மிதக்கும் ஒரு பாதையில் நாம் பயணிக்கும்போது கனமற்ற சிறகுகள் வாய்க்கப் பெறுகிறோம். என்ன இருந்தாலும் சிறகுகள் பறப்பதற்குத்தான். அதனதன் காலங்களில் நான் மாறிக்கொண்டிருக்கிறேன். ஒருவேளை இந்த மாற்றம் இந்த நேரத்து மயக்கமாக இருக்கலாம். ஒருவேளை ஒற்றைப்படைக் கதைகளாகவும் உணர்வெழுச்சி மறுக்கப்பட்ட கதைகளாகவும் இவை இருக்கலாம். ஆனாலும் சுற்றிலும் சுவர்கள் சூழ இன்றைய என் நலிவில் எனக்குப் பறக்கத்

தோன்றுகிறது. இப்போது இத்தருணத்தில் எனக்கு மட்டுமாய்ச் சொல்லிக்கொள்ளுகிறேன், பறத்தல் கனமற்றது.

○○○

யதார்த்தக் கதைகள் எழுதுவது என்னளவில் மிகுந்த சவால் நிறைந்தது என முன்பொரு நேர்காணலில் சொல்லியிருந்தேன். யதார்த்தம் அல்லது வாழ்வு புனைவைவிடப் பன்மடங்கு விநோதமானது என்பதை நான் உணர்ந்ததால் உதிர்த்த வார்த்தைகள் அவை. யதார்த்தக் கதைகள் தன்னளவிலேயே வலுவானவை. அவற்றை எழுதுகையில் தனியே மெனக்கெட வேண்டியதில்லை. மிகைகளற்ற, அலங்காரங்களற்ற, வலியுறுத்தல்களற்ற தனித்துவமான யதார்த்தங் களை எழுத முடியும் என்பதை இந்தக் கதைகள் எனக்குக் கற்றுத் தந்தன. வடிவங்களோ சொல்முறையோ அதிகம் அழுத்தங் களைத் தரவில்லை. எனினும் இந்தக் கதைகளை எழுதுகையிலும் மொழியைத் தன்னுணர்வோடு கையாண்டது நல்ல அனுபவம். குமரியின் வட்டார வழக்கு எல்லா ஊர்களைப் போலவே பன்முகமானது. ஆனால் பெரும்பாலான எழுத்தாளர்கள் தாங்கள் புழங்கும் ஒரேயொரு வகை வட்டார வழக்கைப் பயன்படுத்துவதைக் கண்டிருக்கிறேன். கதைகள் நடக்கும் களங்கள் எங்கள் ஊரின் இருபது மைல் சுற்று வட்டாரத்தில் இருந்ததாலும் கதாபாத்திரங்களின் பின்னணியைக் கருத்தில் கொண்டும் வெவ்வேறு வட்டார வழக்குகளைப் பயன்படுத்தத் தீர்மானித்தேன். இயன்ற அளவு அதைக் கதைகளில் கொண்டும் வந்திருக்கிறேன். தொடர்ச்சியாக இந்த வருடத்தில் கதைகளாக எழுதிக்கொண்டிருக்கையில் கதைகள்/ சிறுகதைகள்/மீ கதைகள் என மூன்று பிரதானப் பிரிவுகளும் அவற்றுக்கிடையில் இன்னும பலவகைக் கதைகள் இருப்பதையும் கண்டுகொண்டேன். எல்லாவற்றையும் பரீட்சித்தும் வருவதில் திருப்தி. இந்தக் கதைகளைச் சிறுகதைகள் என்பதைவிட நாடன் கதைகள் என அழைப்பதை விரும்புகிறேன். காலத்தின் அனுமதியோடு தொடர்ந்து இன்னும் ஒரு தொகுதியும் வெளிவரும்.

இந்தத் தொகுப்பை அன்புத் தம்பி பா. இரஞ்சித்துக்குச் சமர்ப்பிப்பதில் கூடுதல் திருப்தி.

நண்பர்களுக்கும் காலச்சுவடு பதிப்பக நண்பர்களுக்கும் அன்பு.

தக்கலை
21–5–2023

சிவசங்கர் எஸ்.ஜே.

கண்டடைதல்

"சிராயன்குழிக்குப் போறியளா இல்ல பள்ளியாடிக்கா?"

"மூத்தவன் எப்ப வாராய்ன்?"

"குட்டி பொறப்பிட்டுட்டாளா?"

"லே... குழி வெட்ட செல்லியாச்சா?"

போஸ் அண்ணன் கேட்டுக்கொண்டிருந்தான்.

நேற்று இரவு முத்தலக்குறிச்சி இறக்கத்தில் என் பெரியப்பா மகன் லாரன்ஸ் சாலை விபத்தில் இறந்துவிட்டான். போஸ்ட்மார்ட்டம் முடிந்து இன்று மதியம்தான் உடல் கிடைத்தது. நாளை காலை பதினோரு மணிக்கு அடக்கம். ஃப்ரீஸர் பாக்ஸில் அவனை வைத்திருக்கிறோம். இரவுக்குள் சவப்பெட்டி வாங்கப் போக வேண்டும். இப்போது திங்கள்சந்தையிலும் சவப்பெட்டி விற்கும் கடைகள் வந்துவிட்டதாக ஐயப்பன் சொன்னான். லாரன்ஸின் அடுப்ப கூட்டுக்காரன்.

அப்பா இறந்தபோது நான் பன்னிரெண்டாம் வகுப்பில் படித்துக்கொண்டிருந்தாலும் எல்லா விஷயங்களையும் முன்னின்று நடத்தும் பக்குவம் சிறு வயதிலேயே பழகிவிட்டது. மற்ற காரியங்களில் மும்முரமாய் ஈடுபட்டுக்கொண்டிருந்ததால் அப்பா இறந்தபோது பெட்டி வாங்க வேறு யாரையோ அனுப்பியிருந்தேன். அம்மாவின் இறப்பின்போது வீட்டில் நான் நின்றேயாக வேண்டிய கட்டாயத்தில்

சொந்தக்கார அண்ணனிடம் காசு கொடுத்துப் பெட்டி வாங்க அனுப்பியிருந்தேன். பெட்டி வாங்கினதில் அவன் காசு திருடியது மூன்று நாள் கழித்து வேறொருவர் மூலம் தெரியவந்தது.

அது அப்படித்தான். சின்னையாவின் கல்லறை குழிக்கரை கட்ட "பெறவு பாக்கலாம் பெறவு பாக்கலாம் பைசா எல்லாம் நமக்குள்ள ஒரு விஷயமா" என்று சொல்லியிருந்துவிட்டு இறுதி நேரத்தில் ஐயாயிரம் வாங்கிய கொத்தன், வாடகை போக ஜெனரேட்டருக்கு பத்து லிட்டர் டீசல் போட்டுக்கொண்ட செட்டுக்காரன், வீட்டு முற்றத்தில் போட்ட பந்தலுக்கும் சேருக்கும் நாலாயிரம் கேட்ட பந்தல்காரன், பூ, பத்தி, மெழுகுத்திரி வாங்குவதிலிருந்து எல்லாப் பொருட்களும் விலையேற்றம் கொள்வது சினிமாவுக்குப் பிறகு இறந்த வீடுகளுக்குதான். இருக்கும் துக்கத்திலும் பரபரப்பிலும் கணக்குப் பார்க்கும் எண்ணம் வராது. ஆனாலும் இழப்பிலும் சுரண்டும் மனிதர்களைக் கண்டு கசப்பு கூடும். இந்த முறை பெட்டி வாங்க நானே போக முடிவு செய்தேன்.

ரவியின் ஆட்டோவில் ஐயப்பனும் நானுமாகப் பள்ளியாடிக்குக் கிளம்பினோம். சவப்பெட்டிக் கடைகளில் ஒரு வசதி, இருபத்தினாலு மணிநேரமும் இருக்கும். யாரும் திருடிக் கொண்டுபோகமாட்டார்கள் என்பதால் அடைத்தும் இருக்காது. அப்படியே அடைத்திருந்தாலும் எந்நேரமும் அழைப்பதற்கான தொலைபேசி எண்ணோ அல்லது வேறு மார்க்கங்களோ வைத்திருப்பார்கள். பள்ளியாடி, சிராயன்குழி இரண்டுமே கிறிஸ்தவர்கள் அதிகம் வாழும் பகுதிகள். சவப்பெட்டித் தொழில் பல வருடங்களாக இங்கு புகழ்பெற்றது. வரிசையாய் நிறைய கடைகள். யாருக்கு எப்போது இந்த யோசனை வந்திருக்கும்?

○○○

மொபைல் ஒலித்தது. போஸ் அண்ணன்.

"லே மக்கா குழி வெட்ட ராஜன் பயன் வருவானா. அவன் எங்கேங்கிலும் சிக்கு அடிச்சிட்டு கெடப்பானே..."

"இல்லடே அண்ணோ, நம்ம ரசல் பயலுகிட்ட ஜேசிபிக்கு செல்லியிருக்கு. இப்ப ஆராக்கும் நம்மாட்டி வச்சு வெட்டியது. குழிக்கரையில பில்லும் கொழையும் சேத்து பறண்டச் செல்லியிருக்கேன்."

"செரி மக்கா சரி...

போஸ் போனை வைக்கப்போகும்போது நினைவூட்டினேன்.

சிவசங்கர் எஸ்.ஜே.

“டேய். லாரன்ஸ் அண்ணனுக்குப் பிடிச்ச ஓல்ட் மங்க் கோட்டரும் சிசர் பில்டரும் ஒண்ணும் மறக்காம நாளைக்கு காலையில வாங்கிரு. நான் வந்து பைசா தாரேன். இது எனக்க கணக்காக்கும் நீ பைசா இடாண்டாம்.”

ᴑᴑᴑ

லாரன்ஸுக்கும் எனக்கும் ஐந்து வயதுதான் வித்தியாசம். முன்னேர் பார்த்து பின்னேர் போவதுபோல் நான் லாரன்சைப் பார்த்துத்தான் எல்லாவற்றையும் கற்றுக்கொண்டேன்.

பெரியப்பா வீடு தொட்டடுத்த விளையில் என்பதால் எப்போதும் ஒன்றாகவே சுற்றுவோம். தாத்தா காலத்திலேயே வஸ்துகள் பாகமாகிவிட்டது. அண்ணன் என்றோ, வாங்க போங்க என்றோ லாரன்ஸை அழைத்ததில்லை. ஒருமுறை அவனது சம்மந்த வீட்டினர் முன் அப்படிச் சொன்னது செயற்கையாக இருந்தது. பெரும்பாலும் உருவம் உடை, நடை எல்லா வற்றிலும் அவனையே வார்த்ததுபோல் நானிருந்தாலும் படிப்பு விஷயத்தில் நானும் அவனும் நேர் எதிர். ஜெபமணி சார் ஆச்சர்யமாகக் கேட்டிருக்கிறார் “உனக்க அண்ணனா அவன். மலைக்கும் மடுவுக்கும் உள்ள வித்தியாசமா இருக்கேடே.”

கணக்குப் பாடத்தில் பெயில் ஆன பிறகு பத்தாவதுக்குப் பிறகு அவன் படிக்கவில்லை. வீட்டில் வற்புறுத்தி வருடாவருடம் எழுதி, கடைசியில் ஐந்து வருடங்களுக்குப் பிறகு என்னோடு எழுதியும் பாஸாகவில்லை. அதற்கு அடுத்த வருடம் பிட் அடித்து முப்பத்தாறு மார்க்குகள் எடுத்துத் தேறினான். பெரியப்பா அவனை எப்படியாவது வெளிநாட்டுக்கு அனுப்ப முயற்சித்தார். மெடிக்கல் லேப் டிப்ளமோவில் சோதது விட்டார். அண்ணன் படிப்பைத் தவிர எல்லாம் பார்த்தான். வயது தாண்டிப் படிக்கும்போது வரும் எல்லாப் பிரச்சினைகளும் உளச்சிக்கல்களும் அவனுக்கும் இருந்தது. நான்கைந்து காதல்களும் ஒன்றிரண்டு காதல் தோல்விகளுமாக எப்படியோ அண்ணன் உற்சாகமாக டிப்ளமோவை முடித்துத் திருநெல்வேலியில் ஒரு ரத்த வங்கியில் ட்ரெய்னிங் போனான்.

ᴑᴑᴑ

அவனது ட்ரெய்னிங்கின்போது அவனைப் பார்ப்பதற்காகத் திருநெல்வேலிக்குப் போயிருக்கிறேன். ஜங்ஷன் அருகில் மேம்பாலத்துக்கு அடியில் அந்த ஸ்தாபனம் இருந்தது. பின்பக்கம் தங்குமிடம். நான் முதன்முதலில் பீர் குடித்தது அங்கே அவனோடுதான். ரெண்டு நாள் இருந்தேன். நான்தான் செலவு செய்தேன். அவனுக்குப் பெரிய சம்பளம் எதுவுமில்லை. ரெண்டு

சட்டைகளை வைத்து ஓட்டிக்கொண்டிருந்தான். கிளம்புமுன் சௌந்தர் டெக்ஸ்டைல்ஸ்க்கு அவனைச் அழைத்துச் சென்று பிடித்த சட்டையை எடுக்கச் சொன்னேன். கொஞ்ச நேரம் அங்கும் இங்கும் சுற்றிவிட்டு லாரன்ஸ் என் முதுக்குக்குப் பின் நின்று என் தோளில் முகம் புதைத்து “சுனிலே அன்னா அந்த சட்டையை எடு” என்றான்.

எடுத்தவுடன் போலாம் என்று அவசரப்பட்டான்.

“இருக்கட்டு இன்னொண்ணு கூட எடு. ஜோலி செய்ய எடத்தில டிப் டாப்பா நிக்காண்டாமா...”

நான் இன்னும் ஒரு சட்டையைத் தேர்வுசெய்யச் சொன்னேன். அவன் அதேபோல் சற்றுநேரம் சுற்றிவிட்டு என் பின் நின்று தோளில் முகம் புதைத்து “சுனிலே அன்னா அந்த சட்டையை எடு” என்றான்.

ooo

ஐந்து மணி இருக்கும். வரிசையில் கொஞ்சம் மீடியமான கடையைத் தேர்ந்தெடுத்து நுழைந்தோம். மரப்பொடி மணம். வார்னிஷ் அல்லது மரப்பாலிஷின் மணம். உள்ளே விதவிதமாய் அறுத்து வைக்கப்பட்ட பலகைகள். சிறு ரீப்பர்களால் செய்யப்பட்ட அடுக்குகள். ரேக்குகளில் அடுக்கி வைக்கப்பட்டிருந்த சவப்பெட்டிகள். தேக்குப் பெட்டி முதல் கள்ளிப்பலகை வரை. சிலுவை வைத்தது. ஆர்.ஐ.பி வைத்தது. பெயிண்ட் அடித்தது. பாலிஷ் அடித்தது. இயேசு படம் மாதா படம் செதுக்கியது. ஒழுங்காகத் தேய்க்காத தேன்மெழுகால் பூசி ஏனோதானோவெனச் செய்து வைத்திருந்த ஃபினிஷிங் இல்லாத விலைகுறைந்த பெட்டிகள்.

வி.ஐ.பி பெட்டி என்று ஒரு வரிசை இருந்தது. சவப் பெட்டியிலும் கௌரவம் உண்டு; வர்க்க அடுக்கு.

இந்தத் தொழில் ஒரு வினோதமான தொழில்தான். மற்ற தொழில்களைப் போல் காலையில் கடையைத் திறந்து வைத்து விட்டு இன்றைக்கு நிறைய கஸ்டமர் வர வேண்டும் என்று மனதார வேண்ட முடியாது. ஆனாலும் உள்ளூர மரணத்தை வரவேற்கும் மரணங்களுக்குக் காத்திருக்கும் நிர் பந்தம் ஒருபுறம். இறந்தவர்களை இறுதி யாத்திரைக்கு வழியனுப்பும் புண்ணியத் தொழில் எனச் சமாதானம் ஒருபுறம்.

கடைச் சிப்பந்தியிடம் பேசிக்கொண்டே நகர்ந்ததில் குழந்தைகளுக்கான சவப்பெட்டியில் தெரியாமல் கை பட்டு விட அந்தக் கணம் மனம் பதறிவிட்டது. அதன்பிறகு அந்த

மனிதர்களைப் பார்க்கக் குரூரமானவர்களைப் போல் தெரிந்தார்கள். தொழில்தான் என்றாலும் ஒரு குழந்தை இறக்க வேண்டும் என முன்கூட்டியே பெட்டியைத் தயாரித்து வைக்கும் வக்கிரம் எனக்குப் பிடிக்கவில்லை. என்ன வியாபார நெறிகள் பேசினாலும் மன்னிக்க முடியவில்லை. சட்டென அமைதியாகிவிட்டேன். எப்போது வெளியேறுவோம் என்று ஆகிவிட்டது.

೦೦೦

லாரன்ஸ் வித்தியாசமான ரசனை உள்ளவன். பதினேழு வயதானதிலிருந்து கருப்பு கோலாப்பூர் செருப்பைத் தவிர வேறெதையும் போடமாட்டான். ஒரே ஒருமுறை ஸ்டாக் இல்லாததால் என் வற்புறுத்தலில் வெள்ளை கான்பூர் செருப்பு வாங்கினான். ஆனாலும் பிடிக்காமல் தினமும் கடையில் கருப்பு எப்போ வரும் என்று கேட்டுக்கொண்டேயிருந்தான். சின்னக் கட்டங்கள் போட்ட சட்டை. ஜீன்ஸ் பேன்ட். கையில் லெதர் வாட்ச். இதுதான் அவனது தோற்றம். அவன் ப்ளைன் சட்டை போட்டுப் பார்த்ததேயில்லை. அவன் பொருட்கள் வாங்கும் விதம் ஒரு பிரார்த்தனை போல் இருக்கும். மீனி லிருந்து காய்கறி வரை பார்த்துப் பார்த்து வாங்குவான். அவன் வாங்குவதைத் தீர்மானிப்பது அதன் விலையோ தரமோ இல்லை. உள்ளுணர்வு. ஒன்றை வாங்குவதெனத் தீர்மானித்து விட்டால் “அன்னா அதை எடுங்க” என்பான் அவ்வளவுதான். அதன் விலை, தரம் பற்றி அவனுக்குக் கவலையில்லை. அது அவனுக்கானது.

அம்மாவோ அப்பாவோ எனக்குச் சின்ன வயதாக இருக்கும்போதிலிருந்தே கடைக்குப் போக அவனைத்தான் தேடுவார்கள். பெரியப்பாவின் இளைய மகன் வீட்டில் இருந்தாலும் சித்தப்பாவின் மகன்கள் இருந்தாலும் லாரன்ஸைத் தான் தேடுவார்கள். வேறு யாரேனும் முன்வந்தாலும் “அவன் வரட்டும்டே” என்பார்கள். எங்களுக்குத் தேவையான மரக்கறி, கிழங்கு, மீன், இறைச்சி, அரிசி, மசாலா சாதனங்கள், வீட்டுச் சாதனங்கள் எல்லாம் லாரன்ஸின் பொறுப்பு. அவரவருக்குத் தேவையானவற்றை வாங்குவதைவிடப் பார்த்தவுடன் உடைமை கொள்ளும், மனத்தோடு பொருந்திக்கொள்ளும் பொருட்களைக் கச்சிதமாக அவனால் வாங்க முடிந்தது. கல்லூரிக் காலத்தில் டி ஷர்ட் எடுக்க ஆசைப்பட்டு ஒன்றுகூட எனக்கு ஒத்துவரவில்லை. டி ஷர்ட் ஆசையையே விட இருந்தபோது அப்பா லாரன்ஸிடம் காசு கொடுத்துவிட்டார். லாரன்ஸ் வாங்கிவந்த டி ஷர்ட்டின் அந்த கலரும் அளவும் மெட்டீரியலும்

அதன் பிறகு நான் இட்ட எந்த ஒரு டி ஷர்ட்டிலும் காண முடியவில்லை.

○○○

நான் லீவுக்கு வந்திருந்த ஒருநாள் தெங்கந்தோப்பில் வைத்துப் போதையில் சொன்னான். “பொருட்கள் மேல பாசம் வைக்கக் கூடாதுன்னு சொல்லுவாவ. ஆனா நாம ஒரு பொருளுக்கு ஆசைப்பட்டுத் தேடுற மாதிரி அந்தப் பொருளும் அதுக்க உடமஸ்தனைத் தேடிவரும். ஒண்ணுமில்ல இன்னா நான் போட்டிருக்க சட்டைய எடுத்துக்கோ எந்த ஊர்ல, எந்த நெலத்தில வெளஞ்ச பருத்தி, அத எந்த தறில நெஞ்சிருப்பான் . . . பொறவு எந்த கத்திரி வெட்டியிருக்கும் . . . எந்த ஊசி தச்சிருக்கும் . . . அதைவிடு கடைல எத்தன ஆயிரம் சட்டை இருந்துது, இத ஏன் நான் எடுத்தேன். நான் அத எடுத்தனா இல்ல அது என்ன எடுத்துதா. எல்லாப் பொருளுக்கும் இதுதான் கத. தின்னியதும் உடுத்தியதும் உபயோகிக்கதும் எல்லாம்.”

சவப்பெட்டிக் கடையில் ஒரு மணிநேரத்துக்கு மேல் நிற்பது பெரும் கொடுமை.

“அடக்கம் எப்போ.”

“காலையில”

“அப்ப பாத்திட்டு அட்வான்ஸ் குடுத்திட்டு காலையில வாரியளா. பெட்டி வீட்டில முன்னாடியே எடுத்து வைச்சப்பாது.”

“வெளிய வைக்கலாமா”

“ஓ . . . வெளிய வச்சலாம் ஆனா மழைக்கக் கூறு கெடக்கு பாத்துக்கிடுங்க”

“பிரச்சினை இல்ல. ஷெட் உண்டு. இப்பவே கொண்டு போறோம்”

“என்னா சரி.”

கடையைச் சுற்றி வந்தோம். அரை மணிநேரம் போய்விட்டது. எந்தப் பெட்டியும் திருப்தியாயில்லை. பொதுவாகக் கடைகளில் எப்போதுமே எனக்கு நேரம் செலவழிப்பது பிடிக்காது. சில நேரங்களில் வெறும் பத்தே நிமிடங்களில் பர்சேஸை முடித்திருக்கிறேன். சவப்பெட்டிக் கடையில் இதுதான் முதல் முறை. கடையில் இருந்த மொத்தப் பெட்டிகளையும் அவற்றின் விலையையும் அதற்குள் அறிந்தாயிற்று.

மீண்டும் ஒருமுறை கடையைச் சுற்றிவந்தேன். பெட்டிகள் ஒவ்வொன்றுக்குள்ளும் ஒருவர் படுத்திருப்பதுபோல் பிரமை தட்டியது. லாரன்ஸுக்காக மார்ச்சுவரியில் காத்திருந்தபோது அங்குள்ள ஊழியர்களைப் பார்த்தும் இதே எண்ணங்கள்தான் எழுந்தது. மருத்துவமனைகளில் டாக்டர்களும் நர்சுகளும் நோயாளிகளைப் பார்த்து, ரத்தத்தைப் பார்த்து இயல்புக்குப் பழகியிருப்பியதைப்போல இத்தனை வருடங்களில் இவர்களுக்கும் மரணம் சாதாரணமாக ஆகியிருக்கும். உயிரோடு இருக்கும்போதுதான் வித்தியாசங்கள். மார்ச்சுவரியில் எல்லாமே பிணம்தான். நேற்றிலிருந்து நெருங்கிய மரணம் கொடுக்கும் ஆழ் யோசனைகளுக்கும், விரக்திக்குள்ளும், லாரன்ஸோடான குறிப்பான நோஸ்டால்ஜியாக்குள்ளும் மூழ்கி எழுந்துகொண்டிருந்தேன்.

என் வாழ்வில் நான் படிப்பு வேலை தாண்டி இதர விஷயங்களை மனிதர்களைக் குறித்து ஏதேனும் கற்றுக்கொண்டிருப்பேனேயானால் அது லாரன்ஸால் மட்டுமே நிகழ்ந்தது. முதல் சர்க்கஸ், முதல் சினிமா, முதல் பீர், முதல் சிகரெட், முதல் காதல், முதல் பயணம்; எல்லா முதல்களும் அவனால், அவனோடு, அவனைக் கண்டு ஆனவை. இப்போது இந்த சவப்பெட்டிக் கடையில் நான் நிற்பதும் முதல்முறை. இந்த மங்கிய அந்தியில் கண்களை மூடாமலேயே அவனோடான எல்லா நினைவுகளும் கட்டுக்கடங்காமல் காட்சியாக ஓடிக்கொண்டே இருக்கிறது. நடந்த நிகழ்வை இன்னும் நம்ப முடியவில்லை. அவன் பேசிய விஷயங்கள் அவன் குரல் எல்லாம் மூளையின் ஏதோவொரு படலத்திலிருந்து வெளியே சாடுகிறது. இத்தனை நாள் இந்த நினைவுகள் எங்கிருந்தன? இனிமேல் லாரன்ஸ் எனும் மனிதன், என் அண்ணன் வெறும் நினைவுதானா? அவன் உடல்தான் அவனா? உடல்களிலிருந்து நீங்கியபிறகு மனிதர்கள் வரலாறாகவோ கதைகளாகவோ அல்லது வெறும் நினைவுகளாகவோ எஞ்சிவிடுகிறார்கள். என்னால் யோசனைகளின் தீவிரத்தைத் தாங்க முடியவில்லை. கண்ணின் காட்சிகள் மூளைக்குள் பதிவாகிறது. ஆனால் என்னால் சரியாக எதிர்வினையாற்ற முடியவில்லை. சரிதான் இந்த நிலையில் பெட்டி வாங்க நானும் வந்திருக்கக் கூடாது.

நான் அவனுக்காக ஏதேனும் வாங்கி வந்திருக்கிறேனா என்று நினைத்துப் பார்த்தேன். பெரும்பாலும் அவனுக்குத் தேவையானதை அவனை அழைத்துக்கொண்டுபோய் வாங்கித் தருவேன். அல்லது பணமாகக் கொடுத்துவிடுவேன். ஒரே ஒருமுறை பெங்களூருவிலிருந்து திரும்பும்போது அவனுக்காக பிஜாயிஸ் விஸ்கி இரண்டு லிட்டர் பாட்டில் வாங்கி வந்ததை ஆசையோடு

வாங்கிக்கொண்டான். அவனுக்கு அது பிடித்திருந்ததா எனக் கேட்க மறந்திருந்தேன். அடுத்த வருட கிறிஸ்துமசுக்கு நான் ஊருக்கு வந்தபோது நண்பர்கள் வட்டம் இரவு நெடுநேரம் சபையைக் கூட்டிக் கூத்தடித்ததில் நள்ளிரவில் குப்பிகள் காலியாகிவிட்டது. குடித்தேயாகவேண்டும் என மூத்த அண்ணன் அடம்பிடிக்க லாரன்ஸ் அமைதியாக உள்ளேயிருந்து அதே பிஜாயிஸ் ரெண்டு லிட்டர் பாட்டிலை எடுத்துச் சபையில் வைத்தான். அதன்பிறகு ஒருபோதும் நான் அதைப்பற்றி அவனிடம் கேட்கவில்லை.

○○○

ஒரு மணிநேரத்துக்கு மேலேயே ஆகிவிட்டது. எனக்கு நெடுநேரம் சாப்பிடாமல் புகை பிடித்தபடி இருந்தால் வரும் தலைவலி ஆரம்பித்துவிட்டது. பேசாமல் வேறு கடைக்குப் போய் விடலாம் என்று ஒருமாதிரியாக நிலை தடுமாறி வாசலை நோக்கி நடந்தேன். ஒரு அடுக்கின் அருகில் வந்ததும் என் கால்கள் அனிச்சையாய் நின்றது. அது இத்தனை நேரம் கண்ணில் தென்படாத அடுக்கு. பின் பக்கம் ஐயப்பன் வந்து நின்றான். இருவரும் ஒரே பெட்டியில் கண்களை நிலைத்திருந்தோம். ஐயப்பன் எப்போதும் இல்லாமல் என் தோளில் முகம் சாய்த்து மெதுவாய்ச் சொன்னான்.

"சுனிலே அன்னா அந்த பெட்டிய எடுப்பம்டே."

●

ஜன – 2023

(*காலச்சுவடு*, மார்ச் – 2023)

சுற்கா

1983

எங்கேனும் தொலைந்து போவது, ஏதேனும் நீர்நிலைகளில் மூழ்கி யாராலேனும் காப்பாற்றப் படுவது எங்கள் பிராயத்தில் எல்லோருக்கும் ஒருமுறையாவது நடந்தேறிவிடும்.

காலையிலேயே அண்ணனும், எதிர்வீட்டு சேகரும் தயாராகிவிட்டார்கள். அம்மா என்னை அண்ணனிடம் ஒப்படைத்து அவனிடம் வழக்க மான அறிவுரைகள் வழங்க நான் என் புதிய கருநீலக் கலர் பாலிஸ்டர் சட்டையைத் தடவிப் பார்த்துக் கொண்டிருந்தேன். எங்கள் ஊர் இரண்டாவது சந்திப்பில் மாப்பிள்ளையின் ரத்த உறவுகளுக்காக ஏற்பாடு செய்யப்பட்டிருந்த கார்கள் ஒன்றில் அவர்களோடு கூடவே நானும், அண்ணனும், சேகரும் ஏறிக்கொண்டோம். பெண் வீடு. ஆரஞ்ச் கலரில் ட்ரிங்காவோ, ரஸ்னாவோ ஒரு ஜூஸ் கொடுத்தார்கள். சர்ச்சில் கட்டு முடிந்ததும் அதே வண்டியில் மாப்பிள்ளை வீடு.

பஞ்சுப் பொதிக்குள் அமிழ்ந்ததுபோல் இருந்த அம்பாஸிடர் காரின் முன்பக்கத்து இருக்கை யில் நான் இருந்தபோது என் எடைக்கே சற்று உள்ளே போய்விட்டேன். முன்பக்கக் கண்ணாடி வழி எட்டிப் பார்க்க ஊர் நகர்ந்துகொண்டிருந்தது. டிரைவர் ஸ்டீரிங்குக்கு அடியில் இருந்த லிவரை முன்னும் பின்னும் லாவகமாக இறக்கியும்

ஏற்றியும் அவ்வப்போது ஸ்டீரிங் நடுவில் இருந்த ஹாரனை ஒரு விரலால் அமுக்கி ஒலிக்கவிடுவதுமாக இருந்தார். மூன்றாவது விலக்கைக் கடந்தபோது எனக்குத் தெரிந்த பையன் வெளியே நடந்துபோய்க்கொண்டிருந்தான். நான் காரில் போய்க்கொண் டிருப்பதை அவனுக்குத் தெரிவிக்கும் ஆவேசத்தில் எட்டிக் கைகாட்ட அடுத்திருந்த பெரியவர் “சும்மா குண்ணையும் வச்சிட்டு கிணாட்டாம இருலே” என்று அன்போடு கண்டித்தார். அதன் பிறகு அதிக அசைவில்லாமல் என்னை ஒடுக்கிக் கொண்டேன்.

அம்பாஸிடர், அதுவும் வெள்ளை அம்பாஸிடர், அதுவும் மார்க் – 4 கார்களின் எண்ணிக்கைதான் ஒருவரின் திருமணத் தின்போது அவரது அந்தஸ்தை நிர்ணயிப்பது. எப்போதேனும் ஒன்றிரண்டு கார்கள் போகும் பாதையில் பத்து இருபது வெள்ளைக் கார்களின் பெரும் ஊர்வலம். பார்ப்பதற்கே பிரம்மாண்டமாய் இருக்கும். தடிக்காரன்கோணம் நேசர் பெருவட்டர் மகன் லாரன்ஸின் கல்யாணம் அது. நூறு இருக்கும். அம்பாஸ்டர் கார்களை இறக்கிவிட்டிருந்தார்கள். ப்ளசர் கார் என்று அடைமொழி கொடுக்கப்பட்ட அம்பாஸிடர் காரில் அப்போதைக்குப் பத்துப் பேர் ஏறிக்கொள்ளலாம் அதாவது ஏற்றிக்கொள்ளப்படுவார்கள். காரில் போவது அபூர்வ விஷயம். சாதாரணமாகவே யாரேனும் தெரிந்தவர் காரில் போனால் அவரை அதிசயமாய்ப் பார்க்கும் பருவம். காரில் வந்ததைப் போனதைப் பெருமையாய்ப் பீத்திக்கொள்ளும் மனிதர்கள். மணவீடுகளில் எத்தனை கார்கள் என்பதை எண்ணி மற்ற கல்யாண வீட்டுக் கார்களின் எண்ணிக்கையை ஒப்பிட்டுத் தரவுகளின் அடிப்படையில் அந்தஸ்து மதிப்பெண் வழங்கும் என்னைப் போன்ற சிறுவர்கள்.

வண்டி மணக்காவிளைத் தாண்டி, சித்திரங்கோட்டி லிருந்து இடப்புறம் திரும்பியது. வலப்புறம் தக்கலைக்குச் செல்லும் வழி எனக்குப் பரிச்சயமானது. சித்திரங்கோடு தாண்டியதும் சற்று தூரத்தில் மீண்டும் இரண்டு சிறு சாலைகள் பிரிந்தன. அதில் வலப்புறம் எடுத்து வண்டி சென்றுகொண்டிருந்தது. முதன் முதலில் இந்த வழியில் வருகிறேன். இருபுறமும் அடர்த்தியான ரப்பர் மரங்கள், சாலையின் மேலே குடை பிடித்து நின்று பகலிலும் இருட்டை உருவாக்கின. அதன்பிறகு நீண்ட தூரத்துக்கு இருள். எந்த இடம் என்று அறியும்படிக்குப் பெயர்ப் பலகைகளோ கடைகண்ணிகளோ இல்லை. பக்கத்திலிருந்த பெரிசு ஒவ்வொரு இடப்பெயரையும் தன் புலமையைக் காட்டும் பொருட்டு யாருக்கோ சொல்வதுபோல் சொல்லிக்கொண்டு

வந்தது. இது காயக்கரை, இது கஞ்சிக்குழி, இது அம்பாடி எஸ்டேட். இடையில் ஓர் இடத்தில் ரப்பர் மரங்களை வெட்டிக் கொண்டிருந்தார்கள்.

“இது என்னவோய் மூப்பிலே” என்று காரின் அந்தப் பக்கமிருந்து யாரோ கேட்டார்கள்

பெரிசு “ஸ்லாட்டர் வெட்டியானுவ” என்றபடி, மீண்டும் தனது அறிவிப்பைத் தொடர்ந்தார். இது முக்கம்பாலை எஸ்டேட், இது உள்ளிமலை…

அடுத்த ஊர் நெருங்குவதற்கு முன் இடப்பக்கம் மஞ்சள் சிமென்ட் பலகையில் கருப்பு எழுத்தில் சுருளகோடு என்று எழுதியிருந்ததை நான் வாசித்துவிட்டேன். பெருசின் அன்பைக் கண்டு பயந்துபோய் நான் எதுவும் சொல்லவில்லை.

பெருசு “சுறுளோடு வந்திட்டு, எனிமே பக்கம்தான்” என்றார்.

சுருளகோட்டில் ஒரு காப்பிக்கடை இருந்தது. ஒன்றிரண்டு பேர் கடைத் திண்ணையில் பீடி வலித்துக்கொண்டிருந்தார்கள். சுருளோட்டிலிருந்து வண்டி வலப்பக்கம் திரும்பியது. கொஞ்ச தூரத்தில் வெட்டித்திருத்திக்கோணம். ஏற்கெனவே இருந்த இருளைவிட இன்னும் அடர்த்தி கூடியது. இருபுறமும் பெரும் மரங்கள் கொடிகள். காட்டு ஆறொன்று சப்தத்துடன் ஓடிக்கொண்டிருந்தது. வீட்டு மரங்களைப் போலல்லாமல் வகைதொகையின்றிப் பராமரிக்கப்படாத வளர்ச்சி. முதன்முறை காட்டுவழிப் பயணம். பகலிலும் இருட்டாய் இருக்கும் காட்டைப் பற்றிய கற்பனைகள் ஓடின. பள்ளியில் தியேட்டருக்கு அழைத்துச் சென்று காட்டிய மாணவர்களுக்கான சிறப்புக் காட்சியான ஏதோவொரு காட்டுமனிதன் படம் ஓர்மைக்குள் வந்தது. சிங்கம் புலி, கரடி, யானை இவற்றில் ஏதாவது ஒன்று எந்நேரமும் காரின் முன் தோன்றி எல்லோரையும் கபளீகரம் செய்வதாகவும் ஒரு நினைப்பு வந்துபோனது.

மாப்பிள்ளை வீடான தடிக்காரன்கோணத்திற்கும் பெண் வீடான பூவன்குழிக்கும் இடைப்பட்ட இடத்தில் எங்கள் வீடிருக்கும் மணலிக்கரை. காலையில் பெண் வீட்டுக்கு ஒருமுறை மேற்குப் பக்கம். வாய்ப்புள்ளவர்கள் ஏறிக்கொள்ளலாம். கட்டு முடிந்து வரும் வழியில் விரும்புபவர்களும் ஏறிக்கொள்ளலாம். மாப்பிள்ளை வீட்டுக்கு ஒருமுறை கிழக்குப் பக்கம். சாப்பாடு அங்கே. பிறகு எல்லாம் முடிந்தபின் பெண் வீட்டுக்கு மேற்குப் பக்கம். மறுபடியும் மாப்பிள்ளை வீடு. மறுவீட்டுக்கரார்கள் தனி வண்டிகளில். இடையில் அந்தந்த ஊரில் இறங்குபவர்கள் இறங்கிவிட வேண்டும். இந்தத் திட்டம் புரியாததுதான் நான்

தொலைவதற்கு காரணம். நான்காம் வகுப்புப் பையனுக்கு இது புரிந்துவிட்டால்தான் அசாத்தியம்.

OOO

கல்யாண வீடு களை கட்டியிருந்தது. கூம்பு ஹார்ன் மட்டுமே பார்த்திருந்த எனக்குப் பத்து ஸ்பீக்கர் பாக்ஸிலுமிருந்து வந்த பாட்டுச் சத்தம் நெஞ்சில் தாக்கியது. பெரிய உயரமான பந்தல். பந்தல் தரை முழுக்கக் கடல் மணல் பாவியிருந்தது கால்களுக்குக் பட்டுமெத்தையின் மென்மையைத் தந்தது. முகப்பில் ஓலத்திக் கொலை, செந்துளுவம் வாழைக்குலை, செங்கருக்கு, பந்தல் முழுவதும் வெள்ளைத் துணி கட்டி, ஓரங்களில் சிவப்புப் பச்சை நீல பார்டரும், கீழ்க் கைப்பிடிப் பந்தலில் ஈச்ச ஓலைகளும் கட்டியிருந்தார்கள். முட்டை அளவிற்கு சீரியல் விளக்குகள், சீரியல் தட்டிகள் ... பகலிலும் எரிய விட்டிருந்தார்கள். அந்த காட்டுப் பாதைக்கு அந்தப் பக்கம் இப்படி ஓர் ஊர் இருக்கிறது, அங்கு மனிதர்கள் வாழ்கிறார்கள், அதுவும் இவ்வளவு பணக்காரர்கள் வாழ்கிறார்கள் என்பதே அதிசயமாய் இருந்தது.

சாப்பாட்டுச் செலவு மாப்பிள்ளை வீட்டில். கல்யாண வீட்டில் கார்களை மட்டும் வைத்தல்ல சாப்பாட்டை வைத்தும் அந்தஸ்தைத் தெரிந்துகொள்ளலாம் என்று புரிந்தது. அம்மா வுடன் திங்கள்சந்தை பஸ்டாண்டுக்கு முன்னே உள்ள புஹாரி கடையில் பிரியாணி சாப்பிட்டது. அதை விட்டால் ரம்சானுக்கு அசீம் வீட்டிலிருந்து வரும் பிரியாணி. கல்யாண வீட்டில் பிரியாணி போடுவார்கள் என்று அன்றுதான் தெரிந்தது. வாழை இலை இல்லாமல் பீங்கான் பிளேட்டில் பிரியாணி வந்தது. எதோ திட்டுவிளை மாஸ்டர் என்று பேசிக்கொண்டார்கள். பிரியாணியோடு ஜாம், நாரந்தி ஊறுகாய், புளிக்கறி, கத்திரிக்காய் தாள்சா, செந்துளுவம் பழம், வட்டமாக வெட்டிய புறுத்திச் சக்கை. பிரியாணியில் கிஸ்மிஸ் பழமும் அண்டிப் பருப்பும் நிறையக் கிடந்தன. இரண்டாவது பந்தியில் சாப்பிட்டுவிட்டு நான் அந்த மணத்திலும் ருசியிலும் அடுத்த பந்தியில் உட்கார்ந்தேன். “கண்டு நிறையாதது உண்டு நிறையும்” என்று அம்மா சொல்வாள். என்னால் அரை பிளேட்டுக்கு மேல் சாப்பிட முடியவில்லை. கறித்துண்டுகளை மட்டும் மிச்சம் வைக்க மனமின்றித் தின்றுவிட்டு எழுந்தேன். என்னுடன் வந்த பெரிசு முதல் பந்தியி லிருந்து தொடர்ச்சியாக மூன்றாம் கழனியிலும் இருந்து சாப்பிட்டார். அவரைப் போல் பலரும். பந்தி தொடர்ந்து கொண்டிருந்தது.

கை கழுவும் இடத்தில சிரட்டைகளுக்குப் பதில் பிளாஸ்டிக் மக்குகள், அருகாமைத் திண்டில் லைபாய் சோப். கை துடைக்கப் புது குற்றாலம் துவர்த்துகள். உண்மையில் நான் பார்த்ததிலேயே

பெரிய கல்யாணம் இதுதான். மணலிக்கரையிலும் இரண்டு பெருவட்டர்கள் உண்டு. நிஜத்தில் இந்தப் பெருவட்டர்கள் என்ன செய்கிறார்கள். அவர்களுக்கு என்ன வேலை. நானும் ஏதாவது பெருவட்டரின் வீட்டில் பிறந்திருக்கலாம். கல்யாணத்திற்கு இத்தனை பேருக்கு பிரியாணி போடுகிறார்கள் என்றால் அவர்கள் வீட்டில் பிறந்தால் தினமும் நாம் பிரியாணி திங்கலாம். செருப்பில்லாக் காலால் கடல் மணலை அளந்துகொண் டிருந்தேன்.

அடுத்துத் திரும்பும் பயணத்திற்கு எல்லோரும் தயாரானார்கள். இந்த முறை அண்ணன் ஏறிய காரில் இடம் கிடைக்கவில்லை. அந்தக் காரில் ஏறிக்கொள் என்று அவன் சொல்லிவிட்டான். பெண் வீட்டு மனிதர்கள் ஏறிய அந்தக் காரில் நானும் கோழிக்குஞ்சு போல் ஒட்டிக் கொண்டேன். வண்டி புறப்பட்டது. துணையின்றி இருப்பதால் கூடுதல் கவனத்தோடு உறங்கிவிடாமல் பார்த்துக்கொண்டேன். அதே காட்டு வழி, இப்போது பின் மதியம் சாப்பிட்ட பிரியாணி என்னை மயக்கி விட்டது. நான் எங்கள் ஊரைத் தாண்டிப், பெண் வீட்டுக்குத் திரும்பியிருந்தேன்.

அண்ணனை, சேகரைத் தேடி அலுத்துவிட்டது. எல்லா வெள்ளைக் கார்களும் ஒரே மாதிரி இருந்தன. கொஞ்ச நேரம் எல்லா இடங்களுக்கும் சுற்றிவிட்டு முன்பக்கம் வந்தால் “தடிக்காரன்கோணம் எல்லாம் ஏறுங்க” என்று கார் டிரைவர் ஒருவர் கத்திக்கொண்டிருந்தார். போகும் வழியில் மணலிக்கரை யில் இறங்கிவிடலாம். அண்ணனை நம்பிப் பிரயோஜனமில்லை. வாழவிளை முக்கு, மணலிக்கரை பள்ளி ஸ்டாப், சந்தை விலக்கு எதிலாவது இறங்கிக்கொள்ளலாம். மூன்று சந்திப்புகளிலிருந்தும் வீட்டுக்குப் போக வழி தெரியும். தைரியமாக ஏறிக்கொண்டேன். ரெண்டு நிமிடம் கடந்திருக்கும். எங்கிருந்தோ திபு திபுவெனக் கூட்டம் என்னைக் காரின் நடுவில் நெருக்கியது.

“எறங்கணும்” என் சின்ன நொய்மையான குரல் என்னைச் சுற்றி இருந்த உடல்களைத் தாண்டி டிரைவரின் காதுக்கு எட்டவில்லை. எட்டியிருந்தாலும் நிறுத்துவதற்கு வாய்ப்பில்லை. மணலிக்கரையின் மூன்று ஸ்டாப்புகள் என் கண்முன்னே கடந்துபோவதைச் செய்வதறியாமல் பார்த்துக்கொண்டிருந்தேன்.

ooo

2

மாலை நாலரைமணி இருக்கும். நான் பைக்கைக் கிளப்பினேன். ஐந்தரை மணிக்குத் தக்கலையில் கட்சிக் கூட்டம். தலைவர்

பிறந்தநாளுக்கான முன்னேற்பாடுகள். நிதி இருப்பு, வசூல், எதிர்பார்க்கப்படும் செலவுகள், நிகழ்ச்சிக்கான இடம், வாடகை, சிறப்பு விருந்தினர்களைத் தீர்மானிப்பது, அவர்களுக்கான தங்குமிடம், பயணப்படி, தேநீர், உணவுச் செலவு, கையிலிருக்கும் புரவலர்கள், உறுப்பினர்கள், உள்ளூர்த் தலைகள் எல்லாவற்றையும் மூளை யோசித்துக்கொண்டே இருந்தது. வீட்டிலிருந்து மூன்று கிலோமீட்டர் தூரம். ஆக்சிலேட்டரை ஒரு முறுக்கு முறுக்கினால் ஆறேழு நிமிடத்துக்குள் போய்விடலாம். எப்போதும் வேகம் கூட்டுவதில்லை. அவசர வேலை எதுவுமில்லை என்றால் ஆத்தலாய் வண்டி ஓட்டுவேன். கூடியமட்டும் சீக்கிரமாகவே பரபரப்பின்றிக் கிளம்பிச் சேர்ந்துவிடுவது வழக்கம். சமீபத்தில் வண்டி வந்தபிறகும் அதை மாற்றிக்கொள்ளவில்லை.

வீட்டை விட்டுக் கிளம்பி இடதுபுறம் தக்கலை சாலையில் ஏற்றத்தில் ஏறிச் சரியாக பஸ்டாப் அருகில் நெருங்கியதும் மழை தூறத் தொடங்கியது. பஸ்டாப்பில் யாரும் இல்லை. எதிர் டீக்கடையில் சூடான பலகார வாசனை, டீ வாசம். மழைச் சூழலுக்கு இதமாய் "அழகாய் பூக்குதே" பாட்டு ஒலித்துக்கொண்டிருந்தது. மெல்ல ஓர் உருவம் பஸ்டாப்பில் வந்தமர்ந்தது. ஸ்கூல் சீருடையில் ஒரு சிறுவன். சமீபத்தில்தான் எனக்கு மகன் பிறந்திருந்தான். மெலிதாய்ப் புன்னகைத்தேன், பதிலுக்குச் சிறுவனும். இந்த வயதில் தனியே ஏழெட்டு வயது மதிக்கத்தக்க பையன் வருவது உறுத்தியது.

"டேய் எங்கடா போற? வீட்ல யாரும் கூட்டிப்போக வரலையா?"

கழுத்தில் தொங்கிக்கொண்டிருந்த ஐடி கார்டைப் பார்த்தேன். தனியார் மெட்ரிக் பள்ளி. பெயர்: ஜோஸ்கோ, வகுப்பு : 1c, தந்தை பெயர்: ஜஸ்டஸ், முகவரி: # 15/6, ஆஷா அபார்ட்மென்ட்ஸ், பேலஸ் ரோட், தக்கலை என்றிருந்தது.

"வீட்ல அம்மா அப்பா யாரும் கூப்பிட வரலையாடா" மீண்டும் கேட்டேன்.

"நான் வ்ளாடிட்டு இருந்தேன். செகண்ட் ட்ரிப் ஸ்கூல் வேன் போயிட்டான். இங்கதான் பாட்டி வீடு அங்க போலாம்னு வந்தேன்."

"இங்க என்ன பண்றே?"

ஜோஸ்கோ வானத்தைக் கை காட்டினான்.

"பாட்டி வீடு எங்கடா?"

"வட்டம்"

"ஓ அந்தோனியார் வட்டம்" பக்கம்தான். ஆனால் எதிர்த் திசையில் இருக்கிறது. குழந்தை குழம்பிவிட்டான். அவனது வீட்டில் தேடிக்கொண்டிருப்பார்கள் பாவம். தீர்மானித்து விட்டேன்.

"டீ குடிக்கிறியாடா?"

"பாலுதான் குடிப்பேன்."

〇〇〇

1983

மாலை ஐந்தரை மணி இருக்கும். இருட்டத் தொடங்கிவிட்டது. நான் மெதுவாய் நடந்தேன். ரோடின் இடதுவசத்தில் தரையை ஒட்டிச் சுருளகோடு ஐந்து கி.மீ என்று எழுதியிருந்த குற்றி இருந்த பாதையில் முன்னேறினேன். இடையில் சாலையோரக் குடிசையின் முன் என் வயதிருக்கும் குட்டிப்பெண் என்னை விநோதமாய்ப் பார்த்தாள். யாரையோ அழைத்துவருவதற்காகப் பின்பக்கம் ஓடினாள். நான் கொஞ்சம் நிமிர்த்து வேகமாய் நடந்தேன். கொஞ்ச தூரத்தில் ஒரு பஸ் நிறுத்தம். ஆடிக்கொருதரம் அம்மாவாசைக்கொருதரம் பஸ் வரும் தடம். என் கையிலும் காசில்லை. காத்திருப்பதில் பிரயோஜனமில்லை.

இருநூறு அடிகள் நடந்திருப்பேன். இருட்டு சூழத் தொடங்கி விட்டது. மரங்களின் அடர்த்தி இன்னும் கூடியதுபோல் தெரிந்தது. எதிரே கண்ணுக்கெட்டிய தூரம்வரை யாருமில்லை.

〇〇〇

2013

ரோட்டைக் கடந்து எதிர்ப்பக்கம் டீக்கடையை நெருங்கினோம். மீன்தொட்டியில் மேலேறி மீன்கள் குமிழி விடுவதுபோல் பலகாரங்கள் எண்ணெய்ச் சட்டியின் மேல்பரப்பில் குமிழ் விட்டுப் பொரிந்துகொண்டிருந்தன.

ஒரு பாலும் டீயும் ஆர்டர் செய்தேன்.

"பலகாரம் ஏதாவது சாப்பிடுறியாடா"

ஜோஸ்கோ தலையாட்டியபடி ட்ரேயில் சாய்த்து வைக்கப்பட்டிருந்த பலகாரக் கூட்டத்தில் ஏதோவொன்றை எடுத்தான்.

மழையை வேடிக்கை பார்த்துக்கொண்டே அடுத்த கட்ட வேலைகளை யோசித்தேன்.

〇〇〇

என் அதுவரையிலான வாழ்நாளில் கேட்ட, எல்லாப் பேய்க்கதைகளும் நினைவில் ஆடின. ஈரல் தின்னும் பேய்கள், தலையில் ஆணியோடு இருக்கும் எச்சிப் பேய்கள், வாயில் இருந்து தீயைக் கக்கும் கொள்ளிவாய்ப் பிசாசுகள், குடலை உருவி மாலையாய்ப் போட்டு ஆடும் பூதங்கள், மனிதர்களை மயக்கி ரத்தம் குடிக்கும் குட்டிச் சாத்தான்கள். முதுகுத் தண்டு சிலிர்க்க ஆரம்பித்தது. பின்னால் ஏதோ சத்தம். ஒரு கணம் ஈரக்குலை வாய்வழி வெளியே வரத் துடித்தது. அதொரு சைக்கிள்.

“என்னடே பிள்ளே எங்கோட்டாக்கும் போக்கு?”

தலையில் முண்டாசுடன் ஐம்பத்து வயது மதிக்கத்தக்க ஒருவர் என்னருகில் வந்ததும் சைக்கிளிலிருந்து இறங்கி உருட்டினார்.

நான் எனக்குத் தெரிந்த வரையில் விஷயத்தைப் புரிய வைத்தேன். இடையிடையே எங்கே வீடு, யார் மகன் எல்லா வற்றையும் கேட்டுக்கொண்டார்.

“ஆனாலும் கரலூக்கம்தான் பிள்ளா இந்த அத்துவானக் காட்டுல ஒற்றையிலே போறது. நீ மிடுக்கன்தான் கேட்டியா” சற்று நேரம் நான் எதுவும் பேசாமல் ஒரு எட்டு முன்னே நடந்தேன். அப்படியாக அம்புலிமாமா கதைகளில் வருவது மாதிரி இந்தக் காட்டில் ஒரு மனிதரை சந்தித்தாயிற்று.

“சரி கேறு. எனக்கு மாவறவிளைதான்.”

மாவறவிளை எங்கள் ஊருக்கு அடுத்த ஊர். அதுவொரு லோட் சைக்கிள். சைக்கிளின் பின்புறம் ரப்பர் ஷீட்டுகள், சிறு புல்கட்டு, சிறிய வாழைக் குலை, கொஞ்சம் விறகு. நானதைப் பார்த்துவிட்டு அவரைப் புதிராய்ப் பார்த்தேன்.

“மின்னால கேறு பிள்ளே”

முன்னால் ஏறிக்கொண்டேன். இருட்டு அந்தகாரமாய் மாறத்தொடங்கியிருந்தது. பேய் பிசாசுகள் அண்டாதிருக்க மந்திரங்கள் எதுவும் எனக்குத் தெரியாது. திடீரென ஒரு பீதி. சைக்கிள் ஓட்டுவதற்குக் கட்டாயம் கால்கள் வேண்டும். எதற்கும் குனிந்து ஒருமுறை சைக்கிள் பெடலைப் பார்த்துக்கொண்டேன்.

அரை மணிநேரம் போயிருக்கும். எதிரே ஒரு ஏற்றம்.

“பிள்ளே கொஞ்சம் எறங்கிக்க.”

லோடை வைத்து மேட்டில் மிதிப்பது கடினம். நான் இறங்கி பின்னால் வண்டியைத் தள்ளினேன்.

சுருளகோடு.

வண்டி காப்பிக் கடை ஓரம் ஒதுங்கியது.

"ரெண்டு சாய. கடி எடுத்துக்க பிள்ளா."

நான் அந்தக் தட்டத்தில் தேடினேன். உண்ணியப்பமும் பருப்பு வடையும் சுற்காவும் இருந்தது. நான் சுற்காவை எடுத்தேன். சுற்கா அரிசிமாவுப் பண்டம். அரிசி மாவோடு தேங்காய்த் துண்டுகள், பச்சை மிளகாய், கருவேப்பிலை எல்லாம் பிசைந்து, கைவிரல் தடத்தோடு பொரித்து எடுக்கப்பட்ட அரிசி வடை.

தின்று முடித்ததும் காசு கேட்பார்களோ என்று ஒரு கணம் பயம் வந்தது. காப்பிக் கடையில் இருந்த வயசுகாலம் ஒருவர் என்னை விசாரித்தார். நான் சொன்னதும்...

"கொல யாவாரி ஜான்சனைத் தெரியுமாடே."

"என் எதிர்வீடுதான்" என்றேன். அது சேகரின் அப்பா.

"அப்ப கொளப்பமில்ல. பயல வீழ்ள்ள கொண்டு விட்றலாய்ன்" அவர் பெருமூச்சுடன் சிரித்தார்.

○○○

2013

வானத்தைக் கணுக்கு மேல் கையை வைத்துப் பார்த்தேன். மழை வெறித்ததுபோல் இருந்தது. கடை ஓலை சாய்ப்புக்கு கையை நீட்டி உறுதிப்படுத்திவிட்டு.

"டேய் அடுத்த மழைக்கு முன்னாடி போயிரலாமா..."

"ம்ம்..."

வண்டியை ஸ்டார்ட் பண்ணிவிட்டு ஜோஸ்கோவை முன்னால் உட்காரச் சொன்னேன்.

"உன் வீடு தெரியுமாடா?"

"ம்ம்..."

"குருசடி பக்கத்திலேயா?" அவனுக்குப் புரிவதுபோல் இருந்த ஒரே லேண்ட் மார்க் அதுதான்.

"ஆமா."

நான் ஏன் ஐந்தரை மணி மீட்டிங்குக்கு நான்கரைக்கு கிளம்ப வேண்டும். ஏன் மிகச்சரியாக அந்த பஸ் நிறுத்தத்தில் மழை பிடிக்க ஆரம்பித்தது. வேறு யாரும் அந்த நிழல் குடையில் இல்லாதது ஏன்? யோசிக்க வியப்பாயிருந்தது. பரவாயில்லை, ஐ. டி கார்ட் இருக்கிறது. பையனுக்கு வீட்டுக்கு வழியும் தெரிகிறது. இல்லையென்றால் போலீஸ் ஸ்டேஷன் போக வேண்டும். தலைவலி. நினைத்துக்கொண்டிருக்கும்போதே பைக் பேலஸ் ரோட்டில் நுழைந்தது.

○○○

1983

வயிறு நிறைந்தது. ஒரு சாயாவும் சுற்காவும் வயிற்றை நிறைக்குமா. தின்ற ஒன்றரை பிரியாணி செமித்திருந்தது. இந்தக் குழப்பத்தில் கல்யாண வீட்டு மாலை டீ பார்ட்டியில் எதுவும் தின்னவில்லை. சைக்கிள் மீண்டும் பயணத்தைத் தொடங்கியது. இடையில் அவரும் நானும் எதுவும் பேசிக்கொள்ளவில்லை. சிறிதாய் மூச்சு வாங்கிக்கொண்டே சைக்கிள் மிதித்தார். இத்தனை தொலைவிலிருந்து அவர் ஏதோ கஷ்டமான பணிக்கு வந்து திரும்புகிறார் என்பது மட்டும் புரிந்தது. அவர் மேல் கருணை சுரந்தது. வீட்டிற்குப் போனவுடன் சாயாவுக்கும் சேர்த்துப் பணம் கொடுக்கச் சொல்ல வேண்டும். வண்டி சித்திரங்கோட்டைத் தாண்டியதும் தெம்பு வந்துவிட்டது. இனி எனக்கு வழி தெரியும். அடுத்து தேரி ஏறி மணக்காவிளை எத்தியதும் எங்கள் முன்னே போன பஸ் சடன் ப்ரேக்கிட்டு நின்றது. அண்ணனும் சேகரும் இறங்கி ஓடி வந்தனர். விசாரணைகளுக்குப் பின் என்னை அவர் அவர்களிடம் ஒப்படைத்தார். மீண்டும் மீண்டும் உறுதிப்படுத்திக்கொண்டு மெல்ல சைக்கிளைத் தள்ளி சற்றுத் தூரம் சென்றதும் துள்ளி ஏறினார். இன்னும் கொஞ்சத் தூரம் போனதும் என்னை ஒருமுறை திரும்பிப் பார்த்தார். எங்களில் யாரும் அவரது பெயரை விசாரிக்கவில்லை. நானோ அண்ணனோ சேகரோ அவருக்கு ஒரு நன்றிகூடச் சொல்லவில்லை.

○○○

2013

குருசடி அருகில் போனதுமே எதிரிலிருந்த அபார்ட்மென்ட்டைக் கைகாட்டினான். கேட் முகப்பில் ஒரு டெயிலர் கடை.

“ஒனக்க அம்மை அன்னா அழுது விளிச்சிட்டு கெடக்கியாவ எங்கலெ போன.”

பதற்றத்தோடு வரவேற்றான், டெயிலர் கடை பையன். எனக்கு நிம்மதியாகிவிட்டது. சரியான இடத்துக்குத்தான் வந்திருக்கிறேன்.

எந்த ஃப்ளோர் என்பதை அவனிடம் தெரிந்துகொண்டு ஜோஸ்கோவை அணைத்தபடி முதல்மாடிக்குப் படியேறினேன்.

“மக்ளே” என்றொரு கதறல். “மோனே” என்றொரு அழுகை, பிறகு சில கேள்விகள், விளக்கங்கள்.

என்னைப் பற்றிக் கேட்டுக்கொள்ள யாரும் இல்லை. அதற்கான சூழலும் இல்லை. ஜோஸ்கோவின் அப்பா எங்கோ அவனைத் தேடி வெளியே அலைந்துகொண்டிருப்பார். சில நன்றிகளும் வாழ்த்துகளும் பெற்று ஜோஸ்கோவிடம் தனியே விடைசொல்லி வாசலுக்கு வெளியே காலெடுத்து வைக்கும்போது ஜோஸ்கோவின் அம்மாவின் குரல்,

“கையில என்னலே இது”

நான் எட்டி ஜோஸ்கோவின் கையைப் பார்த்தேன்.

அது பாதி கடித்திருந்த சுற்கா.

○○○

செப் – 2022
(*நீலம்*, ஜீலை – 2023)

காட்சைப்பாடுகள்

குறி

பமீலா மிஸ்சும் ஜெர்மன் மிஸ்சும் அக்கா தங்கச்சியாக்கும் தெரியுமா? க்ளாரட் ஆன்டனி சொல்வது நம்பும்படி இல்லை. ஜெர்மன் மிஸ் நல்ல உயரம், பமிலா மிஸ் குட்டை. ஜெர்மன் மிஸ் கருப்பு. பமிலா மிஸ் வெள்ளை. ஜெர்மன் மிஸ்சுக்கு நீள முடி. பமிலா மிஸ்ஸுக்கு சுருட்டை முடி. எனக்கு பமீலா மிஸ்ஸைப் பிடிக்காது.

நான் நாலாம் வகுப்புப் படிக்கும்போது எங்க ஸ்கூலில் நாலாம் வகுப்பு வரை மட்டுந்தான் இருந்தது. ரெண்டாம் கிளாஸ் சேர்ந்ததிலிருந்து இப்படித்தான். அதாவது பள்ளியிலேயே முதல் பேட்ச் நாங்க. எனக்குப் பிடிச்ச மிஸ்ன்னா அது சுகிர்தா மிஸ். முதல் ரேங்க் வாங்கும்போதெல்லாம் ஃபாரின் “ரப்பர் பென்சில்” பரிசு தருவாங்க. ரப்பர் பென்சில் பென்சில் போலவே இருக்கும் ஆனால் அதைச் செதுக்கினா ரப்பர் வரும். பென்சிலோட பின்பக்கம் ஒரு சின்ன பிரஷ். சிவப்புக் கலரிலிருக்கிற அத ஒவ்வொரு மாசமும் நான் வாங்குறது க்ளாஸ்ல எல்லாருக்கும் பொறாமை. சுகிர்தா மிஸ்ஸோட ஹஸ்பெண்டுக்கு வெளிநாட்டில வேல. போட்டிகள்ல, நாடகங்கள்ல என்னைத் மேடையேத்திறது சுகிர்தா மிஸ்தான். அவங்களுக்கும் என்னை ரொம்பப் பிடிக்கும். எனக்கும். எல்லா விஷயத்திலேயும் என்னைத் தள்ளி முன்னால உட்டுட்டே இருப்பாங்க. பாராட்டிப் பரிசும் தருவாங்க. அதைவிட என்னையும் பெரிய ஆள்

மாரி மதிப்பாங்க, அது எனக்கு ரொம்ப பிடிக்கும். ஸ்கூல்டேயில "மெர்ச்சன்ட் ஆப் வெனிஸ்" நாடகத்திற்காக தலையில் துண்டைக் கட்டிட்டிருந்த என்னை மெனக்கெட்டு கூப்பிட்டு மிஸ்ஸோட தங்கச்சிக்கிட்ட இதுதான் என் ஷைலாக்–ன்னு அறிமுகப்படுத்தினாங்க. சுகிர்தா மிஸ்சுக்கு அப்படியொரு குணம். ஏன்னே தெரியாது. ஆனா பமீலா மிஸ்ஸை ரொம்பப் பிடிக்காது. ஜெர்மன் மிஸ்ஸைக் கொஞ்சம் பிடிக்கும். ஸ்கூல்டே நேத்தைக்குத்தான் முடிஞ்சிருந்துது.

ஸ்கூலுக்கு எதிரில்லதான் எங்க வீடு. ஸ்கூல் பஸ் முதல் ட்ரிப் வர்ற நேரம். அன்னைக்கு ஒரே சறுக்கு வெளாட்டும் ஊஞ்சாலாட்டமும். இதுவர இவ்ளோ நேரம் ஸ்கூல்ல இருந்ததேயில்லை. கிருஷ்ண பிரசாத் தூரத்தில் இருந்தே கத்திக் கூப்பிட்டான் "டேய் சுகிர்தா மிஸ் கூப்பிட்டாங்கடா."

"எங்க இருக்காங்க"

"டீச்சர்ஸ் ரூம்ல." நான் ஊஞ்சலை அப்படியே விட்டுட்டு ஓடினேன்.

"பமீலா மிஸ் கூப்பிட்டாங்க அவங்ககூட ஒரு இடத்துக்கு போகணும்னு வீட்ல சொல்லிட்டு வா." ஜெர்மன் மிஸ் என்கிட்ட வந்து சொன்னாங்க.

"அதெல்லாம் பரவாயில்ல மிஸ்." நான் சுகிர்தா மிஸ்ஸைப் பார்த்துகிட்டே சொன்னேன்.

சுகிர்தா மிஸ் "இல்லடா வரதுக்கு நேரமாகும் சொல்லிட்டு வா" என்றதும் பாவனை வண்டியைக் கிளப்பி சிட்டாய்ப் பறந்து புட்டானைப் போல் திரும்பினேன்.

ஸ்கூல் பஸ்ஸில் ஒருதரம் டூர் போக ஏறியது. அதக்கப்புறம் இப்போதுதான். பஸ்ஸில் போற பிரண்ட்ஸுக்கெல்லாம் ஆச்சர்யம். அவங்களுக்குப் பதில் சொல்லி ஓயலை.

வண்டி ஒவ்வொரு ஸ்டாப்பிலும் நிற்க ஆயாம்மா பிள்ளைங்களை இறக்கிவிட்டாங்க. வண்டி போய்ட்டிருந்தது. மேக்காமண்டபம் தாண்டி, அழகியமண்டபம், அதைத் தாண்டி முளகுமூடு வந்ததும் என்னை எறங்கச் சொன்னாங்க. எங்கூட ஜெர்மன் மிஸ்ஸும் பமீலா மிஸ்ஸும். வண்டி கிளம்பிட்டுது. இனி அது செகண்ட் ட்ரிப்புக்குத் திரும்பி வரும்போது எங்கள ஏத்திக்கும்.

மெயின் ரோட்டுக்குப் பக்கத்திலேயே ஒரு வீட்டுக்குள்ள என்னையும் கூட்டிட்டு நுழைஞ்சாங்க. ஊதுபத்தி மணம் மூக்கைத்

துளைச்சது. ஹால்ல சாமிப் படங்கள். ஒரு அம்மா நெத்தி நெறைய திருநீறும் குங்குமமுமாக கண்ண மூடி தியானத்தில இருந்தாங்க. எங்களுக்கு முன்னே ரெண்டு பேரு ஒக்காந்திருந்தாங்க.

அந்த அம்மாவுக்கு முன்னால ஒரு சில்வர் தட்டு. அதில தண்ணி மாதிரி ஒரு தெரவம். வந்திருந்தவங்க வெத்திலை, நெய் டப்பா, இன்னும் சில பூசை சாமான்களும் கூட ஒரு இருபது ரூபாய் நோட்டையும் அந்த அம்மா காலடியில் வெச்சிட்டு பயபக்தியோடு தொழுது வணங்கினாங்க. வந்தவங்ககிட்ட அந்த அம்மா கேள்விகள் கேட்டாங்க; அவங்க பதில் சொல்ல, நான் வெளியே முற்றத்தை வேடிக்கை பார்க்க ஆரம்பிச்சேன். மெயின்ரோடு ஓரத்தில வீடு இருக்கிறது எவ்ளோ ஜாலியான விஷயம். எப்பப் பாத்தாலும் ரோட்ல போற காரு, பைக்கு, பஸ்ஸு, லாரி எல்லாம் வேடிக்கை பாக்கலாம். வண்டில போறவங்களுக்கு டாட்டா சொல்லலாம். ஒரு மணிக்கூர்ல எத்தன பஸ்ஸு, எத்தன லாரின்னு எண்ணி விளாடலாம். அந்த வீட்ல சின்னப் பிள்ளைங்க எதுவும் இருந்த மாரி தெரியல. வெளிய காம்பவுண்ட் சுவர்ல நெறைய செடித்தொட்டி இருந்திச்சு. எனக்கு போரடிச்சு வெளிய போயிரலாமான்னு யோசிச்சிருக்கும்போது எங்க முன்னால வந்தவங்க கௌம்பிட்டாங்க. ஜெர்மன் மிஸ் என்னை அந்த அம்மா முன்னாடி உட்காரச் சொன்னாங்க.

இப்பத்தான் நெருக்கமா பாக்குறேன். அப்பாத்தட்டு மாரி ஒரு பெரிய தட்டு. அதில ஏதோவொரு திரவம். அதில வெத்தலையில் கருப்பாக எதையோ தடவி, தட்டோட நடுவில வெச்சாங்க. கொஞ்ச நேரம் கண்ணை மூடி இருந்திட்டு என்ன விஷயம்னு மிஸ்கிட்ட கேட்டாங்க. அவ்வளவு நேரம் சும்மா இருந்த பமீலா மிஸ் மூக்கை உறிஞ்சுகிட்டே சொல்லிச்சு. எனக்கு அப்பத்தான் விஷயமே வெளங்கிச்சு. சம்பவம் என்னென்னா ஸ்கூல்டே அன்னைக்கு பமீலா மிஸ் எதோ டான்ஸ் ப்ரோக்ராமுக்கு அவங்க வீட்லயிருந்து பட்டு சாரி ஒண்ணைக் கொண்டு வந்திருக்காங்க. விலை கூடின சாரியாம். அதைக் காணோமாம். யாரோ களவாண்டிட்டாங்க. அத கண்டுபிடிக்கத்தான் இங்க வந்திருக்கோம்.

“யார் மேலயாவது சந்தேகம் இருக்காம்மா.” அந்த அம்மா பமீலா மிஸ்ஸிடம் கேட்டார்.

“ஆமா எங்க ஸ்கூல்ல வேல செய்ற ஆயா மேல…”

ஆயாவுக்கு என்ன வயசு, என்ன கலரு, என்ன உயரம் எல்லாம் அந்த அம்மா கேட்டுக்கிச்சு.

பிறகு என்னைப் பாத்துத் திரும்பி மிரட்டும் தொனியில…

“எப்போ தட்டத்தில பாரு. நல்லா கொஞ்ச நேரம் உத்துப்பாரு. இந்த இந்த எடத்தில பாரு. அன்னா பாரு. ஒருத்தி சாரிய எடுத்திட்டு போறாளா.”

எனக்கு எதுவும் தெரியல.

“ஒண்ணும் தெரியல.”

“அய்யே இன்னா இங்க பாரு. சினிமாப் படம் போல இல்லா தெரியி. ஏய் பிள்ளே நல்லா பாருப்போ.” அந்த அம்மா இன்னும் மிரட்டுற மாரி குரலை ஒயத்தினாங்க.

எனக்கு நெஜமாவே எதுவும் தெரியல. பரிதாபமா ஜெர்மன் மிஸ்ஸைப் பாத்தேன். அவங்க பமீலா மிஸ்ஸைப் பாத்தாங்க. அவங்க அதைவிடப் பரிதாபமா என்னைப் பாத்தாங்க.

“அன்னா பாரு வெள்ளையில பூப்போட்ட சாரி கட்டி யிருக்கா. அன்னா அன்னா எடுத்து பொதிஞ்சு கொண்டு போறா.” அந்த அம்மா சினிமா பார்த்து கதை சொல்ற மாரி சொல்லிட்டே இருக்காங்க. எனக்கு அந்த தட்டத்தில நெய் மெதக்கிறது தெரியுது. மை தடவின வெத்திலை தெரியுது. எந்த உருவமும் தெரியல.

கொஞ்சம் திருநீறை எடுத்து என் நெத்தியில பூசிட்டு அந்த அம்மா என்னை விசாரிக்க ஆரம்பிச்சாங்க.

“இன்னைக்கு மீனு தின்னியா”

“இல்ல.”

“எறச்சி எதுவும் தின்னியா”

“இல்ல.”

“முட்ட ?”

“இல்ல”

மறுபடியும் அந்த அம்மா கண்ணை மூடித் தியானம் செய்திட்டு இப்போ இன்னும் குரல் உயர்த்தி என் கையைப் பிடிச்சு அந்த நெய் தட்டுல ஒரு ஓரத்தைக் காட்டி “இன்னா பாரு இன்னா பாருன்னு” சொன்னதையே திருப்பிச் சொல்லிட்டிருந்தாங்க.

எனக்கு எதுவும் தெரியல. நானும் ரொம்ப உத்து உத்துப் பாத்தேன். நேரம் ஆக ஆக அந்த அம்மாவுக்கும் எனக்கும் ஒரு மௌன யுத்தம் நடக்க ஆரம்பிச்சிடுச்சு. எப்படியாவது என் வாயிலேருந்து தெரியுதுன்னு ஒரு வார்த்தையை வர வழைக்கிறதுன்னு அந்த அம்மா தீர்மானமா மிரட்டுது. எனக்கும் உருவம் தெரிஞ்சாலும் எதுவும் சொல்லப் போறதில்லைன்னு ஒரு பிடிவாதம் வந்துது.

பமீலா மிஸ் என்னைக் கெஞ்சுறது மாரி பாத்துட்டுத் தலையைக் குனிஞ்சிகிட்டாங்க. ஜெர்மன் மிஸ் மெதுவா அந்த தட்டத்தை எட்டிப் பாத்து அவங்க கண்ணுக்கு எதாவது தெரியுதான்னு தேடினாங்க.

அந்த அம்மா ரொம்பக் கோவமா ஆன மாரி தெரிஞ்சது.

கட்டக் கடைசியா என்கிட்டே கேட்டாங்க.

“பிள்ளே ஒன்ன பட்டி கடிச்சிருக்கா?”

எங்க வீட்ல வளத்த ஜானி நாய் குட்டியா இருக்கும்போது என்னை கடிச்சிருக்கு. நான் “ஆமாமா கடிச்சிருக்கு” சந்தோஷமா சொன்னேன்.

அந்த அம்மா முகம் மலர்ந்திட்டு.

“அதான்... அதான். நாய் கடிச்சிருந்தா நெய்த்தட்டம் குறி காட்டாது பாத்துக்கிடுங்க.”

“பத்து வயசுக்குக் கீழ உள்ள நாய் கடிக்காத வேற பிள்ளையளு உண்டுமுன்னா கூட்டிட்டு வாங்க கண்டுபிடிச்சிடலாம்.”

நான் நிம்மதியா பெருமூச்சுவிட்டேன்.

வெளியே ஸ்கூல் பஸ் நிற்கிற சத்தம் கேட்டுச்சு. நாங்கள் மூவரும் வெளியே வந்தோம்.

ஆயாம்மா பமீலா மிஸ்ஸையும் ஜெர்மன் மிஸ்ஸையும் பாத்து எப்பவும்போல கள்ளமில்லாம சிரிச்சிக்கிட்டே பஸ் டோரைத் திறந்தாங்க.

சித்து

விளையாட்டுகள், வித்தைகள், சிறு மேஜிக்குகள், காகித வேலைகள், எதுவென்றாலும் உடனே மெனக்கட்டு கற்றுக்கொள்வது சின்ன வயதுப் பழக்கம். பேப்பரில் சாதா கப்பல், கத்திக் கப்பல், இறக்கைக் கப்பல், ராஜா ராணி கப்பல், இரட்டைக் கப்பல், பெட்டிக் கப்பல், கேமரா, சட்டை, தூக்கு வாளி, துப்பாக்கி, கடவப்பெட்டி, கிளி, ஏரோப்ளேன், காத்தாடி, ஃபேன், ஜப்பான் விசிறி, ராக்கட், பக்கி இப்படி முப்பதுக்கும் மேற்பட்ட பொருட்கள்.

கர்ச்சீப்பிலும் எலி, வாழைப்பழம், தொப்பிகள் என பத்து மடிப்புகள்.

சோடா மூடி வண்டி, தீப்பெட்டித் துப்பாக்கி, ரயில் வண்டி...

தென்னை மட்டைக் காளைவண்டி, குச்சங்காளி கிலுக்கு, ஓலைப் பந்து, ஓலைக் கீச்சு, ஓலைப் பாம்பு தனி லிஸ்டு.

கச்சிக்களி, தள்ளும்புள்ளும், செவண்டீஸ், பண்ணிவெட்டு, கிளியாந்தட்டு, கபடி, மாசம், ஓலைபுடுங்கி, ஓணப்பந்து, எறிபந்து ஒண்ணையும் விடுறதில்லை.

சீட்டுக்களியில் இருபத்து ஒண்ணு, துருப்பு குலான், ப்ளாஷ், ரம்மி, ஜோக்கர், செட்டு, ஜோடி, மெம்மரி, ஆஸ் இன்னும் நெறைய வெளாட்டுகள்.

இதைத்தவிர சீட்டுக்கட்டு மேஜிக், பொட்டாசியம் பெர்மாங்கனேட், தீப்புண்ணுக்கு போடும் ஜென்ஷன் வைலட் வைச்சு, சூடம், கற்பூரம், ரப்பர் பேண்டை வைச்சு சில வித்தைகள். நெனைச்சே பாக்க முடியாம, சின்ன வயசுல கத்துக்கிட்ட இந்த வித்தைகள்ள ஒண்ணுதான் அன்னைக்கு எங்க பணத்தைக் காப்பாத்திச்சு.

○○○

திக்கணங்கோடு வைத்தியருக்க மொவன், ஆனா அப்பன் ஒன்னு அம்மை ரெண்டு. இப்படித்தான் அவரை அறிமுகம் செய்தார் பனவிளை செல்லப்பன். அவருக்குக் கொத்தனிலிருந்து காண்ட்ராக்டர் ப்ரோமோஷன் கொடுத்தது எங்கள் அப்பாதான். அப்பா இறந்து நான்கரை வருடங்கள் ஆகியிருந்தது. சொத்து, பொருளாதாரம், நோய்கள், படிப்பு இடைநிற்றல்கள்; வீட்டில் யாருக்கும் நிம்மதியில்லை. யாரும் செட்டில் ஆகவில்லை. வீடும் குறை தீரவில்லை. பிரச்சினைகள் கேள்விப்பட்ட செல்லப்பன் திக்கணங்கோடு வைத்தியர் மகனை அழைத்து ப்ரெஸ்னம் பார்க்கச் சொன்னார்.

"சித்துன்னா சாதா சித்தில்ல அலுமான் சித்து."

"ஹனுமான் சித்து"வைத்தான் அப்படிச் சொன்னார். கடும் பிரம்மச்சரியமும் கடும்விரதங்களும் கொண்ட அந்தச் சித்தைக் கற்றவர்கள் மிகச் சிலர் என்று கேள்விப்பட்டிருக்கிறேன். கொஞ்சம் வித்தை தவறினாலும் பைத்தியம் பிடித்துவிடுமாம். இந்த வித்தை தெரிந்தவர்கள் இந்தியாவிலேயே அதிகம்போனால் ஐந்து பேர் இருப்பார்கள். எங்கும் கற்றுக்கொள்ள முடியாத வித்தை. விதி இருந்தால் தலைக்கீறல் இருந்தால் மட்டுமே வசமாகும் வித்தை.

"கொஞ்சம் கூடுவலு செலவாவும்."

செல்லப்பன் குறை தீராத அவர் கட்டின எங்கள் வீட்டைப் பார்த்துக்கொண்டே சொன்னார்.

அம்மா அப்பிராணி ஜீவன். இந்த மாதிரி விஷயங்களில் கூடுதல் பயமும், கூடவே உலக ஞானமும் இல்லாதவள். உடனே சம்மதித்து நாள் குறித்துவிட்டாள். நான் எதுவும் சொல்லவில்லை.

அடுத்த ஞாயிறு வைத்தியர் மகன் வந்து செவ்வாய்க்கிழமை வருவதாகச் சொல்லி விட்டுப் போனார். போவதற்கு முன் அரை குயர் ப்ளைன் பேப்பர், சிறு பட்டுத் துணி, களபம், குங்குமம், திருநீறு, வெளக்கெண்ணெய், எண்ணெய்த் திரி, ஊதுபத்தி அடங்கிய பூசைப் பொருட்கள். இவற்றோடு செரட்டைக் கரி, செவ்வாய் அன்று தயார் நிலையில் இருக்க வேண்டும். பேப்பரை இரண்டாக மடித்துச் சுத்தமான இடத்தில் பட்டுத் துணியில் போர்த்தி வைக்கச் சொன்னார். அவர் கூடவந்த உதவியாளனுக்கு ஓர் அடியாளின் உருவம். திருட்டு முழி. அவன் தனியே கொண்டுவந்திருந்த ஒரு பேப்பரில் வீட்டு நபர்களின் பெயர், விபரங்களை எழுதிக்கொண்டான்.

செல்லப்பனிடம் தகவல் சொன்னதும், “இனி ஒக்க எல்லாம் ஷரியாயிரும். வீடும் கொற தீர்த்திடும்” என்று வாழ்த்தினார். வீட்டில் சுத்தமான இடம், தூசு படாத இடம் பீரோ உள்பெட்டி. அதில் பேப்பரை, பட்டுத் துணி சார்த்தி வைத்தோம்.

“அப்படியே எல்லாம் படம்போலத் தெரியும். என்ன பிரச்சினை, அதுக்க பரிகாரம் எல்லாம் தெரியும். பேடிச்சாம இரிங்க” தைரியம் கொடுத்தார் செல்லப்பன்.

சொன்ன நேரத்திற்குச் செவ்வாய்க்கிழமை இருவரும் வந்தனர்.

“பூஜை அடுத்த செவ்வாய்ச்சதான். அதுவரை பேப்பர் அங்கணயே இரிக்கட்டும்” என்றான் உதவி.

இப்போது வைத்தியர் அம்மாவிடம் பிடித்த பூ, பிடித்த கலர், பிடித்த மிருகம், பறவை இன்னும் சிலபல கேள்விகளைத் தொடுத்து மறக்காமல் எழுதிக்கொண்டார். அடுத்த செவ்வாய் பூஜை. மீண்டுமொருமுறை உதவி வலியுறுத்தினான். மிக நிதானமாக, பொறுமையாக.

எனக்கு ஆவல் அடங்கவில்லை. அப்படியே தெரியுமென்றால் எப்படி? காட்சியாகவா? அனுமான் சித்து பெரிய வித்தை. ஆளைப் பார்த்தாலும் பிராடு மாதிரித் தோற்றமில்லை. நான் செவ்வாய்க்கிழமைக்காகக் காத்திருக்கத் தொடங்கினேன்.

○○○

செவ்வாய்க்கிழமை அம்மா விரதம். நான் வழக்கத்துக்கு மாறாகச் சீக்கிரமே எழும்பி, சீக்கிரமே கீழ் ஓடையில் குளித்து, இசக்கி

அம்மன் கோவிலில் விளக்கும் பத்தியும் கொளுத்தி அம்மே எல்லாரையும் காப்பாத்து என்று மனம் குலுங்கித் தொழுதேன், கவிச்சி எதுவும் மறந்தும் தொட்டுவிடாமல் நாள் முழுக்கச் சாப்பிட்டு, மாலை ஐந்துக்கு மறுபடி ஒருமுறை குளித்து, நனைத்து வீட்டில் சாயா குடித்து முடிக்கவும், சரியாக ஆறு மணிக்கு இரண்டு பேரும் வந்தனர். உதவியின் முகத்தில் அப்படியோர் நிதானம்.

“எல்லாம் ரெடியா” உதவி கேட்க, நான் எல்லாவற்றையும் எடுத்து அடுக்கினேன்.

உதவி, அதில் செரட்டைக் கரியை மட்டும் எடுத்து முழு சிரட்டையில் தீப்பற்ற வைத்து ஊதிக்கொண்டிருந்தது.

வீட்டில் மற்றவர்கள் பெண்களென்பதால் என்னைப், பூஜைக்குத் தயார்ப்படுத்தினார்கள். மீண்டும் ஒருமுறை குளியல், ஈரத் துண்டோடு நீறு பூசி, தனியறையில் உட்காரவைத்தனர். நான் அந்தப் பூஜை முன்னேற்பாடுகளைக் கண்டு கொஞ்சம் மிரண்டுவிட்டேன். சாம்பிராணிப் புகை, திருநீறு, பன்னீர், பூ, பழம், சந்தனம், களபம் எல்லா மணங்களும் மூளைக்குள் ஊடுருவி ஒரு லயத்திற்குள் திரண்டிருந்தேன். என்னை அறியாமல் கண்கள் மூடிக்கொண்டன. நான் அமைதியாய் அமைதிக்குள் அமைதியேயாகத் தியானித்தேன்.

அனுமான் சித்தர் வந்தார், அதற்கு முன் பேப்பரை வாங்கியிருந்தார். என்னை வலப்புறமாகச் சுற்ற ஆரம்பித்தார். மொத்தம் நூற்றியெட்டுச் சுற்றுகள். பேப்பரின் கசகசப்பு, பேப்பர் கைமாற்றும் சத்தம் சித்தரின் வாயிலிருந்து வந்த மந்திர முணுமுணுப்புச் சத்தம். இடையிடையே உதவி அடித்த மணி யோசை. நான் மந்திரலோகத்தில் மிதந்து போய்க்கொண்டிருந்த நேரம். உதவி தடிக்குரலில் சொன்னான்.

“இப்ப கண்ணைத் தெறைங்கோ”

நான் கண்களைத் திறந்தேன். வீட்டு நடுக்கூடத்தில் ஏதோ களமெழுதியதுபோல் சில சித்திரங்கள். கோல வடிவங்கள், நான்கு செங்கல்கள். அதன் நடுவே நிறைய சிரட்டைக் கரியிட்டுத் தீ. அதன் முன் அமர்ந்து ஹோமம் வளர்க்கும் கோலத்தில் அனுமான் சித்தர்.

“எல்லாரும் வாங்க”

அம்மாவும் சகோதரியும் என் முகத்தை உறுத்துப் பார்த்தபடி பயபக்தியோடு வந்து அமர்ந்தனர்.

சித்தர் உதவியைப் பார்த்தார். நான்காக மடிக்கப்பட்டிருந்த பேப்பரை உதவி எடுத்தான். நான்கு ஷீட்டுகள் இருக்கும். எல்லோரையும் கண்மூடி பிரார்த்திக்கச் சொன்னார். சில

மந்திரங்கள், மணியடிப்பு. என்னால் ஆர்வத்தைக் கட்டுபடுத்தவே முடியவில்லை.

வைத்தியர் மகன் அந்த பேப்பரை எடுத்தார். தீ அணைத்து வைத்திருந்த சிரட்டைக் கரி கனலில் ஒவ்வொரு பேப்பராய்க் காட்டினார். மெல்லக் கணக்கில் படாமல் வாழையிலையை வாட்டுவதுபோல் லாவகத்தோடு. எல்லோரும் பார்த்துக் கொண்டிருக்க அந்த பேப்பரில் கருப்பு நிறத்தில் எழுத்துகள் தோன்ற ஆரம்பித்தன. அம்மா கிட்டத்தட்ட கத்திவிட்டாள். “யேசப்பா” என்ற விளி கீழடங்கி அவள் தொண்டைக்குள் கீழிறங்கியது. அக்கா முதன்முதலில் கடல் பார்க்கும் குழந்தையைப் போல் பார்த்துக்கொண்டிருந்தாள். நான்கு ஷீட் பேப்பர் முழுக்க வாட்டியெடுத்தாகிவிட்டது. இப்போது வைத்தியர் மகன் முகத்தில் ஒரு பிரகாசம், ஒரு மதமதப்பு. எல்லோரையும் ஒருமுறை சுற்றிப் பார்த்துவிட்டு வாசிக்கட்டுமா என்பதுபோல் பார்த்தார். இத்தனை நடந்தபோதும் உதவி முகத்தில் இதெல்லாம் சாதாரணம் என்ற பாவம்.

அம்மாவின் பெயரில் தொடங்கிய அந்த வாசகங்களில் வீட்டின் சிக்கல்கள், குடும்பக் கஷ்டங்கள் எல்லாம் எதிரிகளின் செய்வினைக் கோளாறுகளின் விளைவுகள் என்றும் அதற்கான பரிகாரமாக சில பொருட்களைச் சில பூஜைமுறைகள் மூலம் செய்து வேளாங்கண்ணிக் கடலில் தாழ்த்துக் குளித்துக் கரையேற வேண்டும் என்றும் தவறினால் வீட்டு ஆண் தரிக்கு ஆபத்தென்றும் துல்லியமாக எழுதப்பட்டிருந்தது. வெறும் பேப்பரில் எழுத்துகள் தோன்றிய மாயம் அம்மாவை வியப்பில் நெகிழ்த்தியிருந்தது. பிள்ளைக்கு ஏதேனும் நேர்ந்துவிடும் என்றதும் ஆன பீதி வேறு. அம்மா அல்லாடி அலைக்கழிந்து கிடந்தாள்.

○○○

எல்லாம் முடிந்து அவர்களை வழியனுப்பப் போன நான் வைத்தியரிடம் அந்தப் பொருட்களின் பட்டியலைக் கேட்டேன்.

கஸ்தூரி, அரிதாரம், கோரோசனை, மான்கொம்பு, வெள்ளைப் போளம், காடிகாரம், இடிவலாதி, கொம்புத்தேன், பாம்புச் சட்டை தொடங்கி இவற்றின் கூடே மொத்தம் பதினெட்டு மருந்துகள். கிடைக்கும் இடத்தையும் ஆகும் செலவையும் அடுத்துக் கேட்டேன்.

“எல்லாம் வைத்திய மருந்துவோ. எல்லாருக்கும் கிட்டாது” உதவி சொன்னான்.

“நீங்களே வாங்கித் தர ஏலுமா?”

கொஞ்சம் பிகு பண்ணிவிட்டு ஒப்புக்கொண்டார்கள்.

"எல்லாருக்கும் செய்யேது கெடையாது. பின்ன உங்க மூப்பிலு எனக்கு ரொம்ப வேண்டப்பட்டவரு. வாங்கித் தாறோம். கொஞ்சம் கூடுவலு செலவு ஆவும்." ஒரு கணிசமான தொகையைச் சொன்னார்கள்.

நான் அடுத்த வாரத்தில் அழைப்பதாக வழியனுப்பிவிட்டு வீட்டுக்குத் திரும்பினேன்.

அம்மாவும் அக்காவும் கண்முன் நடந்து முடிந்த ஓர் அற்புதத்தின் சாட்சிகளாய் அமைதியில் நிறைந்திருந்தனர்.

நான் எதுவும் பேசாமல் அடுக்களையில் போய் ஒரு நாரங்காயை எடுத்துப் பாதியை வெட்டிப் பிழிந்தேன். அதன் சாறை ஒரு ஈக்கலில் தொட்டு ஹோம கூடத்தில் கிடந்த ஒரு ப்ளைன் பேப்பரில் இரண்டொரு வார்த்தைகள் எழுதினேன். சிரட்டைக் கங்கில் அதை வாட்டினேன். இப்போது கருப்புநிற எழுத்துகள் காட்சியளிக்க ஆரம்பித்தன. அம்மா இன்னும் அகலமாய் வாய்ப் பிளந்து பார்த்தாள். அவள் கையில் கொடுத்தேன்.

"படிம்மா"

"ஏமாற்றாதே ஏமாறாதேன்னு இருக்கு மக்கா."

"ஆமாம்மா சரிதானே."

அம்மா எதுவும் பேசவில்லை. நான் சிரிக்க ஆரம்பித்தேன். சற்றுப் பொறுத்து அம்மாவும் சிரிக்க ஆரம்பித்தாள். நெடு நாளுக்குப் பிறகு வீடு சிரித்தது.

○○○

ஆக – 2022

பஞ்சாரப் புழு

“அஸ்ஸலாமு அலைக்கும் மாப்ளே” அமானுல்லாவின் உற்சாகக் குரல் கேட்டது. பதிலுக்கு சலாம் சொல்லிவிட்டு வீட்டுக்குள் நுழைந்தேன். கட்டிக்கொண்டோம். மொசைக் தரை மார்பிளாக மாறியிருந்ததைத் தவிர வீட்டில் பெரிய மாற்றங்களில்லை.

கேட்டில் யாரோ நிற்கும் நிழலசைவு தெரிந்தது. உள்ளேயிருந்து ஓடிவந்த ஒரு குட்டிப் பையன் “உம்மா நடையில ஆளு” என்று அடுக்களையைப் பார்த்துக் கத்திவிட்டுத் தெருவுக்கு ஓடினான்.

“பேரு என்ன மோனே”

“இத்திக்கார்” ஓடிக்கொண்டே பதில் வந்தது.

“இஃப்திக்கார்...எளயவ நஜுமாக்க மொவன்” திருத்திச் சொன்னான் அமானுல்லா.

“சோமா இருக்கீளா அண்ணே” நஜுமா தலையில் தட்டத்தைச் சரிசெய்துகொண்டே வந்து கேட்டாள்.

முப்பது வருடங்கள். திருவை மலையாளம் ஸ்கூல் முடுக்கு. தொண்ணூறுகளில் நாங்கள் சுற்றித் திரிந்த எந்தத் தடமும் இப்போது இல்லை. அடுத்திருந்த ஹைதர் வீடு மிக்சர்காரர் வீடு, ஷபீக் வீடு, ஈ. பி. ஜலீல் வீடு எல்லாம் உள்ளும் வெளியும் மாறி அவற்றின் புத்தம் பொலிவை இழந்திருந்தன. தொண்ணூற்றிரெண்டு டிசம்பர் ஆறாம் தேதி நடந்த சம்பவத்திற்குப் பிறகு நான் அமான் வீட்டுக்கு

வருவதை நிறுத்திக்கொண்டேன். இடையில் ஒருநாள் வெளியில் வைத்துப் பார்த்தபோது சீனத் உம்மா முகத்தைத் திருப்பிக் கொண்டாள். பிறகு வேறு ஊர், வேறு வீடுகள்.

நடுக்கடை சந்திப்பு ஜப்பார் ஆலிம்ஸா கடையில் டென்னிஸ் பந்து வாங்க நானும் அமானும், மூக்கு மச்சான் நியாஸும் போயிருந்தபோது எதிர்பார்க்காத வேளையில் ஒரு போலிஸ் வேன் எங்கள் முன்னால் வந்து நின்றது. மேலும் கீழும் பார்த்துவிட்டு என்னிடம் மட்டும் பேரைக் கேட்டார்கள் "ஐயப்பன்" என்றேன். "திரும்பிப் பாக்காம ஓடு" என்றான் ஒரு போலிஸ்காரன். வீட்டில் வந்துதான் நின்றேன். பாதி வழியில் திரும்பிப் பார்த்தபோது அமானையும் நியாஸையும் ஏற்றிக்கொண்டு வேன் போய்விட்டது. பாளையங்கோட்டை மத்தியச் சிறையில் அடைத்துவிட்டதாகப் பிறகு தகவல் வந்தது. நான் அறிந்து எந்தத் தப்பும் செய்யவில்லை. நண்பர்களை விட்டுவிட்டு நான் தப்பி வந்தது எனக்கும் உறுத்தலாக இருந்தது. ஆனால் ஒரு பதின்பருவச் சிறுவன் போலீஸ்காரர்களிடம் என்ன எதிர்ப்பைக் காட்ட முடியும். நெடுநாள் குற்ற உணர்வில் நானும் அமான் வீட்டுக்குச் செல்லவில்லை.

○○○

குடியுரிமைத் திருத்தச் சட்ட எதிர்ப்புப் போராட்டம் நாடு முழுக்க நடைபெற்ற வேளையில், தக்கலை ஷாகின்பாக் மேடையில் உரையாற்றிவிட்டுக் கீழே இறங்கும்போது "ஐயப்பா" என்றது அமானின் குரல். கிட்டத்தட்ட முப்பது வருடங்களுக்குப் பிறகு அவனது குரலைக் கேட்கிறேன்.

பரஸ்பர அன்னழிப்புகளுக்குப் பிறகு வீட்டுக்கு அழைத்தான். நானும்.

முன்பு நாங்கள் இருந்த திருவிதாங்கோட்டில் அமானுக்குப் பக்கத்துக்கு வீடு. ஒரே குடும்பமாய் வாழ்ந்த தொண்ணூறுகளின் காலம். கடந்த வியாழக்கிழமை தக்கலை பீரப்பா மண்டபத்தில் நடந்த நண்பரின் மகள் கல்யாணத்தில் மீண்டும் அமானைப் பார்த்தேன். அன்று அவசரகதியில் முடியவில்லை. இப்போது ஆத்தலாக போன் நம்பர்களைப் பரிமாறிக்கொண்டோம்.

நிகழ்வுகள் எப்போதும் தொடர்ச்சியின் வலைப்பின்னல் களைக் கொண்டவை. அடுத்த சனி அன்றே திருவிதாங்கோட்டில் என் நண்பன் பெயரில் இருந்த பூர்வீக வீட்டை விற்பது தொடர்பாகப் போக வேண்டிய வேலை. முடிந்ததும் அமான் ஞாபகம் வந்தது. அழைத்தேன்.

○○○

“ஐயப்பா நீ எப்படியிருக்க மோனே”

உள்ளேயிருந்து வந்த சீனத் உம்மா அழுதுவிடும் தோரணையில் கைகளைப் பற்றிக்கொண்டே நலம் விசாரித்தாள்.

“கண்டு எவ்வளவு நாளாச்சு வாப்பா. வூட்ல புள்ளியோ எப்படியிரிக்கி, அவளுக்கு ஜோலி உண்டுமா?”

அரைமணிநேர விசாரிப்புகள் முடிந்தபிறகு நானும் அமானும் எங்கள் பால்யத்தின் காலப்பயணத்தில் தனியே ஆழ்ந்தோம்.

“போன வருஷம் உம்ரா முடிச்சிட்டேன். மூத்தவ பைனல் இயர் மாப்ள. மொவன் பந்த்ரெண்டு இங்கதான் ஐ ஸ்கூல்ல. இனி துபை போறதாயில்ல, எல்லாம் முடிச்சிட்டுத்தான் வந்தேன். ஏதாவது பிஸ்னஸ் தொடங்கணும்.”

“நடுக்கடை கட இப்ப உண்டுமா?”

“ஜங்ஷனில் அமானின் உப்பா நடத்திக்கொண்டிருந்த கடை. அது ரமீஸ் நிக்கா சமயத்தில குடுத்திட்டோம் மாப்ளே. கல்யாணத்துக்கு நீ ஊருல இருந்தேல்லா.”

“ஓ . . . ஓ . . . உண்டும் அதுக்கப்பொறவுதான் மெட்ராஸ் போனேன்.”

“அண்ணே சாயா” இடையில் நஜுமா கேட்டாள்

“இரிக்கட்டு மக்கா கொஞ்சம் கழியிட்டு.”

“சுக்கப்பம் எடுக்கட்டா”

“வேண்டாம் உம்மா வரும்பதான் காப்பி குடிச்சிட்டு வந்தேன்.”

ooo

“இப்போ முஸ்தபா உண்டுமா மாப்ளே?”

“அப்பப்போ உண்டும்.”

நடுக்கடை போகும் வழியில் வலிய பள்ளி முடுக்குக்கு முன்னால ஒரு மதரஸா இருந்தது, ஷபீக் அண்ணன் விளையின் முன் பகுதி. அதன் பின்புறக் குட்டிச்சுவர்தான் நான், ரியாஸ், அமான், முக்தார், எல்லாம் திருட்டு சிகரெட் அடிக்கக் கூடும் இடம். அந்த மதரஸாவின் பெயரை வலமிருந்து இடமாக யாலிமா கல்குசியா இன்னார்க்கு லைசக டப்பா என்போம். வில்ஸ் பில்டருக்கு நாங்கள் வைத்திருந்த ரகசியப் பெயர் முஸ்தபா. அப்போது காதல் தேசம் படம் வந்திருந்த நேரம்.

ரஹ்மான் எங்களுக்கு அறிமுகமாகி எங்கும் பிரபலமான நேரம். நாங்கள் பையன் பருவத்திலிருந்து ஆண் பருவத்தை அடைந்துகொண்டிருந்தோம். "ஒரு முஸ்தபா போடுவோம் மாப்ளே" என்றால் சிகரெட் அடிக்கப் போலாமா என்று அர்த்தம்.

○○○

ரியாஸ் வீட்டின் பின்புறம் தண்ணீர்த் தொட்டி ஒன்று உண்டு. எப்போதேனும் அவன் வீட்டில் ஆளில்லாத நேரம் அங்குதான் கூட்டுக் குளியல் நடக்கும்.

"உம்மல்" என்று ஒருவர். அவரது பட்டப்பெயர். பட்டப் பெயரைச் சொன்னால் கெட்டவார்த்தை மழை பொழிந்து விட்டுத்தான் இடத்தைவிட்டு நீங்குவார்.

உம்மலு என்று அழைத்துவிட்டு ஒளிந்துகொள்வது ஒரு விளையாட்டு. அன்று ரியாஸ் வீட்டில் ஆளில்லை. நாங்கள் நால்வர். உம்மல் அவர் பாட்டுக்கு வெளியில் போய்க்கொண்டிருந்தார். அமான்தான் தொடங்கினான்.

"ஓய் உம்மலு"

"உம்மாக்க மாப்ள. தாயளி ஆர்ல அது."

ஒருமணிநேரம். எங்கள் தாய் தந்தையருக்கு நல்ல பெயரைப் பெற்றுத் தந்தோம்.

"உம்மலு இப்ப?"

"மரிச்சாச்சு." பழைய நினைவில் சிரித்துக்கொண்டோம்.

"நஜீபு எப்படியிரிக்கான்?" அவன் வீட்டில்தான் சோனி தௌசண்ட் வாட்ஸ் டேப்பில் புதிய பாட்டுகள் கேட்போம்.

"தொள்ளாயிரம் நஜீபா, அவன் இந்த எடைக்கு மரிச்சது நீ அறியேலியா. சவுதில வச்சு."

சற்று நேரம் அமைதியாகிவிட்டேன்.

"என்ன கொரலு மக்கா, நானும் அவனும் இறச்சிக்கட ஷேக்குக்க வூட்டு நடையில இருந்து அரைச்ச சந்தனம் பாட்டு பாடினோமில்லா."

"புதிய வூடு கட்டி ஆசையா அதில இரிக்கனும்னு இருந்தான். அதில மரிக்கதுக்குக் கூட குடுத்து வைக்கேல. அல்லாஹுக்க ஒரொரு நடைமுறைகளே. எங்கையோ ராஜஸ்தான்ல பொறந்து தக்கலைல வந்து மரிச்சாரில்லா ஒரு பயில்வான், ஏதோ தாராசிங்னு பேரு வருமே. ஸ்டேன்லி லாட்ஜில

தங்கி இருந்தாரே. உனக்கு ஓருமை இரிக்கா. யாருக்கு எங்கேன்னு தலைக்கவத்த எழிதிரிக்கோ."

அமான் விரக்தியாய் சொல்லிக்கொண்டான்.

"இந்த எடைக்கு ஷ்ராஜியையும் ஆஷிக்கையும் பாத்தேன். சுதிர் எப்படியிருக்கான், அவ சுனிதா பூவார்லயா கட்டி குடுத்திரிக்கி?"

"வோவ்"

"மாஷா அல்லா மாஷா அல்லாஹ்" நான் நெகிழ்ந்து வாழ்த்தினேன்.

"ஒனக்கு நம்ம வேளங்கள் ஒண்ணும் மறக்கேயில்ல இல்லியா? ஒன்னை இப்போ பாத்தாலும் சாய்ப்பு மாரித்தான் இரிக்கி." அமான் இத்தனை நேரத்துக்குப் பிறகு சொன்னான்.

"அது எப்பிடி மறக்கேதுக்கு? நோம்பு நிய்யத்தும் துவாவும் கூட ஓர்மையில உண்டும் கேட்டியா. இத்தத்து பெத்தா மரிச்சு வர்ஷங்கள் ஆயிரிக்குமே. பள்ளிப்பாட்டுக்கு அவளுக்க வூட்டு நடையில சைனா பொம்மைக் கடை இட்டமில்லியா?" நான் விடாமல் பழைய நினைவுகளுக்குள் நுழைந்துகொண்டே யிருந்தேன்.

இருவரும் சகஜமாகிவிட்டோம். சற்று நேரம் அந்த நாட்களின் காதல் கதைகள் ஓடின.

"சின்னப்பள்ளி தாண்டி, துரப்பு வரைக்கும் நாம ஒருநாள் வார்டு எலக்சனுக்கு ஓட்டுக் கேட்டுப் போனோமே? சுல்பத்த சைட் அடிக்க."

"ஆமா என்ன முன்னால விட்டு இவர்தான் ஓட்டுக்கு நிக்காருன்னு சொல்லி ஊர்வலமா போனோமே. அல்லாஹ் நல்ல ஜாலி அன்னைக்கு."

"கோணத்தில மாடு சேக்க இடம் ஞாபகமிரிக்கா?"

"ரேசன் கட இறக்கம்தானே வக்கீல் வூடு முடுக்கு. நம்ம அப்போ அம்தாரி கொளம் வரைக்கும் போவோம் இல்லயா?"

"இப்போக் கண்டா லேவ தெரியாது. ஒக்க மாறிப்போச்சு."

மன்சூர், அன்சாரி, ரவூப், தாஹா, நூர்ஜமான், நபீல், காட்டுவிளை அஸ், ஈஸா, நஸ்ரின், அனீஸ் பாத்திமா, சுல்பத், சஜீனா, நசீமா, வாத்தியார் அத்துர் ரஹ்மான், கட்டம்மா அத்துர் ரஹ்மான், ஆஷிக் எல்லோரும் பேச்சுக்குள் வந்து வந்து போயினர்.

“ஆஷிக் இப்போ தக்கலையில ஒரு பேன்சி ஸ்டோர் வெச்சிரிக்கான். கூடக்கூட பாக்கதுண்டு.”

“நானும் பழைய மக்களைப் பாத்து கொறைய நாளாவுது. இன்ஷா அல்லாஹ் இனி இங்கோட்டுதானே எல்லாரையும் காணணும்.”

○○○

“நானும் ரியாஸும் கேரளபுரம் வழியாத்தான் ஸ்கூலுக்குப் போவோம். வழியில நோட்டு பேப்பரைக் கிழிச்சு ஆள் இல்லாத்த நேரமா பாத்து கெட்டவார்த்தை எழுதி அதுமேல ஒரு கல்லை வெச்சிட்டு ஓடிருவோம். ஒண்ணா ரெண்டா எத்ற அநியாயம் பண்ணியிருப்போம்.”

“ராஜீவ் காந்திய கொன்னப்ப மத்தவன்... அவன் பேரு என்ன? ஆங். நபீஸ் மூச்சிரைக்க ஓடி வந்தானே. ஊரடுங்கு சமயத்தில.” அமான் அவனை மாதிரியே மூச்சிரைத்துச் சொன்னான்...

“எல்லாரும்... உள்ள போங்க... போலீஸ்... என்ன... துரத்துது...”

“சீனத்து உம்மா குடுத்தாப் பாரு கொட... ஒனக்கு என்னல நீக்கம்பு தீனம். நீ எதுக்கு இந்த வருத்து வாறா. ராஜீவ் காந்திய நீயா கொன்ன?”

நெடுநேரம் சிரித்துக்கொண்டோம்.

“நம்ம வலிய பள்ளி ராஃபி இரிக்காமுல்லா நம்ம கீப்பர். அவன் என்ன செய்யுதான்?”

“அவன் இப்போ ஆம்புலன்ஸ் டிரைவர் மாப்ளே.”

“அவனுக்க சகலை நம்ம பிரெண்டாக்கும் கேட்டியா. அவருக்க பெரும் ராஃபிதான்.”

“அவன் பொண்ணு வூட்டு கத கொழுத்த கத. அவனுக்கு ரெண்டு மைனியோ ரெண்டு கொழுந்தியோ இவனுக்கு நாலு சகலையோ. அஞ்சு சகலைக்கப் பேரும் ராஃபிதான்.”

○○○

காட்டுவிளையில கிரிக்கட் விளையாட்டு லீவ் நாட்களில் களைகட்டும். அஸ் வீட்டில் அடித்தால் சிக்சர். பெட் வைத்து அடிப்போம். அங்குதான் பௌலிங்கில் மோட் சொல்லா விட்டாலும் நோ பால் என்பதை அறிந்தது. அரௌன்ட் த விக்கட் வலது பக்கம். பிஃபோர் த விக்கட் இடது பக்கம் நானும் அமானும் மனப்பாடம் பண்ணிக்கொள்வோம். சக்கரியா

வீட்டு முற்றத்தில் ஷட்டில் காக். குரு ஷட்டில் காக் அப்போது நான்கு ரூபாய். சாலிஹா ஸ்டோரில் கிடைக்கும். ரங்கோலி காக் விலை அதிகம். யோனக்ஸ் கார்போநெக்ஸ் பேட் ஊரில் ரபீக் ஒருவனிடம் மட்டுமே இருந்தது. அவனது வாப்பா சிங்கப்பூர். என்னிடம் சில்வரெக்ஸ் பேட். கேரளபுரம் அம்மன் எலெக்ட்ரானிக்ஸ் ஸ்ரீ அண்ணன் கட் அறுந்துபோனால் போட்டுத் தருவார். ஷட்டிலும் கிரிக்கட்டும் மட்டுமல்ல. தோன்றினால் கபடி. ஆற்றில் குளியல். டைவ் அடிப்பதில் எனக்கும் முக்தாருக்கும் போட்டி.

மயிலோடு, கோவில் வட்டம், கேரளபுரம், முளகுமூடு, திரு நயினார் குறிச்சி, ஒருமுறை கோதையார் என்று நாங்கள் கிரிக்கட் போட்டிகளுக்குப் போயிருக்கிறோம். டூர்ணமென்ட்களில் மற்ற டீம்கள் எங்களில் என்னையும் முக்தாரையும் அமானையும் கெஸ்ட் ப்ளேயராக அழைத்திருக்கிறார்கள். எல்லோரையும் எனக்குத் தெரிந்திருந்தது. என்னை எல்லோருக்கும். வரும் வழியில் புகாரி மட்டும் நின்று பேசிவிட்டுப் போனான். ஏனோ அன்னியமாகி இருந்தது ஊர்.

நான் பாத்து சுற்றித் திரிந்து வளந்த திருவாங்கோடா இது?

ஷபீக் அண்ணன் விளையைத் தாண்டி வரும்போது "ஹௌஸ்தாட்" என்ற கூச்சல் நினைவுக்குள் கேட்டது.

OOO

"க்ராங்குட்டியளு துக்கையளு என்னா வருத்து வருதுவோ."

ஐந்து சைக்கிள்களில் நாங்கள் அஞ்சுவன்னம் முதல் அழகியமண்டபம் வரை எல்லாத் தெருக்கள் வழியும் பறப்போம். சில லீவ் நாட்களில் புலியூர்குறிச்சி உதயகிரி கோட்டை, முட்டம், மண்டைக்காடு, பத்மநாபபுரம் மையக்கோட்டை சைக்கிளிலேயே சென்று ஆற அமர அனுபவித்த இடங்கள். அப்போது அவை சுற்றுலாத் தலங்கள் ஆகியிருக்கவில்லை. மருந்துக்கும் ஆட்கள் வரத்து இருக்காது. சுயமைதுனம், சிகரெட், காதல், ஷேவ் எல்லாவற்றின் முதல் தடங்கள் அந்த ஊரில்தான் நிகழ்ந்தன.

முப்பது வருடங்களை முன்னும் பின்னும் டைம் மிஷினில் ஓடி முடித்துத் தளர்ந்து கேட்டேன்.

"அனிஷா எப்டி இரிக்கா"

"இப்போ கொளச்ச. மூணு பிள்ளையோ. ரெண்டு பெண்ணும் ஒரு ஆணும்."

“அண்ணே சாயால பஞ்சார போடிலாமா” சிரித்துக் கொண்டே கேட்டாள் நஜுமா

“சுகர் ஒன்னும் இல்லவுள்ளே” நானும் சிரித்துக்கொண்டே சொன்னேன்.

பஞ்சாரை என்றதும் நினைவுக்கு வந்தது.

“பஞ்சாரப் புழு வீட்ட அவ்வோ வித்தாச்சா? ஆரோ புதிய ஆளுவோ காணுது...”

“பஞ்சாரப்புழு” நான் இங்கு வந்த புதிதில் எனக்கு அர்த்தம் விளங்கவில்லை.

பஞ்சாரை என்றால் சீனி. பொதுவாக சீனியில் புழுவோ வண்டோ வரவே வராது. அதிலேயே புழு வரும் அளவுக்கு கஞ்சப் பிசினாறி. அதான் பஞ்சாரப் புழு. பெரிய பணக்காரர். பூர்விகம் வேறு எங்கோ என்பார்கள். சரியாகத் தெரியவில்லை. ஆனால் ஹனஃபிகள் என்று தெரியும்.

“பஞ்சாரப் புழு குடும்பம் இப்போ எங்கேரிக்குதுவோ? பழைய புளிமூட்டு திருப்பு வூட்லதானா.”

“ஒவ் ஒவ் அதே வீட்லதான். தஸ்தகீர் அண்ணனை ஓர்மையிரிக்கா. பீ முடுக்குல அவ்வாளுக்கு ஒரு வெளை உண்டுமில்லா. மாடு கொண்டு போவாரு.”

“அவரும் ஆளு சட்டை போட மாட்டேரு. உப்பாக்க பேரன்தான்.” நான் கிண்டலாய்ச் சொன்னேன்.

“ரப்பில்லாலமீனுக்க ஓரொரு நாட்டங்களே. இப்போ ரெண்டு தலைமுறை கழிஞ்சு பஞ்சார புழுவுக்க பேரன் அந்த பழைய சீத்தப்பேரை மாத்திட்டான் கேட்டியா. பேரன்னாக்கா மொவ வழிப் பேரன். இப்போ கனடாவுல இருக்கான் பாத்துக்கோ. நம்மள மாரி வேற ஆளுவோ நம்ம ஆளுவோன்னு பிரிச்சு பாக்க மாட்டான். இங்க நம்மோ ஜமாத்தில ஆருக்காவது மெடிக்கல் செலவு, நிக்காஹ் செலவுகள், பள்ளிக் காரியங்கள் எல்லாத்துக்கும் அவன்தான் டொனேஷன் குடுக்கது. லீவுக்கு ஊருக்கு வரும்போ பாவப்பட்ட சாபருவளுக்குக் கையும் கணக்கில்லாம குடுப்பான். உப்பா கஞ்சன். பேரன் வள்ளல். மாற்றங்களுக்கு ரெண்டு பெறவி ஆவுது. அல்லாஹுத்தாலக்க ஓரொரு கிருத்தியங்களே. இப்போ பஞ்சாரப் புழுவுக்கு கணக்கு நேராகியிருக்கும்லா. அல்லாஹுத்தாலா அவனுக்கு பினியும் எல்லா பரக்கத்தையும் குடுக்கட்டும்.“ஸுப்ஹானல்லாஹ்” அமான் நெகிழ்ந்திருந்தான்.

“நமக்கு இந்த பெறவியிலேயே கணக்கு நேராயிட்டு மாப்ளே” நான் ஒரு நிமிடம் கண்ணில் நீர் துளிர்க்க எனக்குள் சொல்லிக்கொண்டேன். முப்பது வருட உறுத்தல் எனக்கு இன்று தீர்ந்துவிட்டது. நானறிந்து என்மேல் தவறு இல்லையென்றாலும் இந்த நடையில் நான் ஏறுவேனா என்று எத்தனை முறை ஏங்கியிருப்பேன். என் பேச்சில் மட்டுமல்ல என் உடலில் ஓடும் ரத்தத்திலும் கலந்த என் அன்புக்குரியவர்கள். படச்சவன் எனக்கும் பிழைதிருத்தங்களுக்கு வாய்ப்பளித்துவிட்டான். சீனத் உம்மா என்னை மோனே என்று அழைத்துவிட்டாள். நஜுமா அண்ணே என்ற அதே விளி. அமான் அதே அன்போடு.

இப்திக்கார் அங்குமிங்கும் ஓடிக்கொண்டிருந்தான். கிளம்புகையில் நஜுமா அவனிடம் சொன்னாள்.

“மாமாவுக்கு டாட்டா சொல்லு மோனே.”

“அஸ்ஸலாமு அலைக்கும்” என்றான் இஃப்திக்கார்.

நான் “வ அலைக்கும் ஸலாம்” என்று இஃப்திக்காரிடம் பதில் சலாம் சொல்லிவிட்டு. அமானிடம் திரும்பி “ஃபீ அமானில்லாஹ்” என்றேன்.

பெப் – 2023

கயப்பு

இன்று புறுத்திச் சக்கை, ரப்பர் சாகுபடி செய்யப்பட்டிருக்கும் காயக்கரை மலையில் அப்போது வாழையும் மரச்சீனியும் பயிரிடப்பட்டிருந்தது என்று சொன்னால் யாரும் நம்பப் போவதில்லை. குத்தகை நிலங்களை அடுப்பித்த பள்ளத்தாக்கிலிருந்து, தாக்கல் காடு. அடுத்த மேட்டில் காப்புக் காடு தொடங்கிவிடும். மரச்சீனி என்றால் நூறுமுட்டானோ, அடுக்குமுட்டானோ, சுந்தரி வெள்ளையோ அல்ல, நல்ல அசல் காந்தாரிப் படப்பன். காட்டுப் பண்ணிக்குப் பிடித்த கிழங்கு. வாயில் வைக்க முடியாத கசப்பு. ஆனால் உலர் கிழங்காக மாற்ற இதுதான் தோதானது. கசப்புச் சுவை அதீதம் என்பதால் பூச்சிப் பட்டைகளோ மாவு வண்டோ தீண்டாது. நீண்ட நாள் தாக்குப்பிடிக்க வேண்டிய கிழங்கு மாவுக்கு இந்தக் கசப்புதான் காவல் தெய்வம்.

இந்தப் பகுதியின் பெரும்பாலான குடும்பங்களில் காலைச் சிற்றுண்டிக்கு மரச்சீனிக்கிழங்குதான் பிரதான உணவு; இருக்கும் மக்கள் பற்றத்தில் எல்லோருக்கும் தெகையாது, இருந்தும் எப்போதாவது மிச்சமிருப்பது இரவுக்கும் அடுத்த நாள் காலைக்கும் உணவாகும். மீதமிருக்கும் கிழங்குகள்தான் உணக்கக் கிழங்காக ஆவது. உணக்கக் கிழங்கை பானையில் சேகரித்துத் தேவைக்கு இடித்து மாவாக்கிக்கொள்ளலாம். அரிசி இடிப்பதை விட லேசானது. கிழங்கு மாவில் செய்த புட்டு ஒருவிதமாக ஒட்டித் திரண்டு, சவைக்க முடியாமல் விழுங்க

வேண்டியிருந்தாலும் ஆவி பறக்கும் அதன் மணமும் சேர்ந்து அத்தனை சுவையாகயிருக்கும்.

○○○

“உடும்புக் கறி சாதா வேவிச்சா வேவாது கேட்டியா? எண்ணையில விட்டாக்கும் வேவிக்கணும். சாதனம் படப்புவள்ளயும் மரத்துவளுக்க மேலயுமாக்கும் கெடக்கும். பைய கம்பக் கொண்டு தட்டி எடுக்கணும். படப்புக்குள்ள கெடச்சியத பட்டி கடிச்சுக்கொண்டு வரும். சாதா ஆப்ப ஊப்ப பட்டியளில்ல. நல்ல வேட்டைப் பட்டியளு. உடும்புபிடிச்சியது பயங்கர அப்பியாசமாக்கும்.”

உடும்பு வேட்டையை நேரில் பார்ப்பதுபோல் இருக்கும் மத்தியாஸ் சொல்லும் கதை. அவன் சொல்லும் எல்லாக் கதைகளிலும் நம்மையும் உள்ளிழுத்துக் கொள்வான்.

ஊயி கண்டராக்குக்குக் காயக்கரையில் ரெண்டு பெரிய கண்டம் உண்டு. பாட்டமா சொந்த இடமா தெரியாது. அங்கு காவலுக்குப் போகும் மத்தியாஸ் நிறைய கதைகள் சொல்லுவான். வீட்டுக்கு வரும்போது குருமிளகு, செம்மட்டிப் பழம், மலை வாழை, காந்தாரி மிளகு, ஏலக்காய், கிராம்பு இப்படி ஏதாவது கொண்டும் தருவான். பண்ணி வேட்டை, உடும்புக் கறி சமையல், மிளா இறைச்சி, வாற்றுச் சாராயம் இவற்றோடு காட்டுக்கு விறகு பொறுக்க வரும் பெண்களோடு ஏற்படும் பாலியல் அனுபவக்கதைகளும் அவனிடம் கொட்டிக் கிடக்கும். உறவில் எனக்கு மத்தியாஸ் பெரியப்பா மகன்.

“பாம்பும் பல்லியும் கலந்த ஒரு சாதனமாக்கும் உடும்பு. பாம்பைப் போல ஒரு நாக்கு. பாம்பை மாரி சட்டை உரிக்கும். உடும்புக்க மேல் தொலி நல்ல கட்டியாக்கும். அடித்தொலி கட்டி கெடையாது. பாக்கியதுக்கு சின்ன மொதலையைப் போல. வாலுக்கு நல்ல ஊக்கம் உண்டு. மண்ணுடும்பு, பொன்னுடும்பு ரெண்டும் பிடிச்சிருக்கியேன் கேட்டியா. நவறு கழுகுக்க நவறைப் போல இருக்கும். ஒரு பிடி பிடிச்சா பின்ன வெட்டிதாய்ன் எடுக்கணும். பண்டு கோட்டை ஏற மாவீரன் சிவாஜிக்க படையளு உடும்புக்க வால்ல கயறு கட்டித் தூக்கி அதப் பிடிச்சு கேறுவாவளாம்.

“பிடிச்சப் பொறவு ரெண்டு நகறையும் காலையும் சேத்து பின்னால, கள்ளனுக்க கையை பின்னால கட்டுவமில்லியா அது போல கட்டணும். பொறவு வாலைச்சுத்தி ரவுண்டாக்கி வீண்டும் ஒரு கட்டுக் கட்டி சாக்குல போட்டு வைப்போம்.

"சரக்க உலிச்சியதும் பாடாக்கும். ஆனா நல்ல உக்கிரன் எறச்சியாக்கும். பலதரம் எறச்சியளு தின்னவியளுக்குத் தெரியும். வெள்ளத்தில இல்ல எண்ணையிலதாய்ன் வேவும். நின்னு வேவணும் கேட்டியா. நல்ல வெளிச்செண்ண நூறு மில்லி விட்டு அதில உடும்பெறச்சிய வெட்டியிட்டு இத்துவோல நல்லமொளவும், கிராம்பும், பட்டையும் கூட்டி எறச்சிமசாலயும் காந்தாரி மொளவும் மல்லியும் இட்டு வேவிச்சு. எனக்கப்போ! கூட எள்ளுபோல வாற்றோ பொங்கலோ கிட்டிச்சிண்ணா தள்ளயத் தின்ன ஜீவிதந்தாய்ன்.

மத்தியாஸை மத்தாய் என்றே அழைப்போம். அவன் மலையிலிருந்து கீழிறங்கி வரும் பொதெல்லாம் அநேகமாய் மாதமொருமுறை தவமணியின் விளையில் சந்திப்போம்.

ooo

"மோளியடிப் பொற்றையில ஒரு நாளு ராத்திரி. வாற்றுக்க ஊறலு கீழ கெடக்கு, நானும் நம்ம நாகராயனும் போவாஸும் மறு வஷத்தில காவலுக்கு கெடக்கியோம். தணுப்புன்னு சென்னா அப்படியொரு தணுப்பு. கிறிஸ்மஸ்க்கு ரெண்டு வாரம்தாய்ன் இருக்கும். நல்ல கச்சோடம் உள்ள சமயமில்லா ஊறலு மயமா உண்டும். திடீர்னு இந்த நாகராயன் பயலுக்கு வெறயலு எளவிட்டு. தேகம் அப்படியே கிடுகிடுன்னு வெறச்சுது. பய சுழிஞ்சு போறான். போவாஸ் தூற முடுக்கி கீழ ஓடைக்கு இறங்கியிருந்தாய்ன். நாய்ன் ஒற்றைக்கு இருக்கியேன். பாத்தேன் பயலுக்கு எப்படியெங்கிலும் இச்சிரி சூடு குடுக்கணும். இல்லேங்கி பிரேதம்தான். சுற்றி நோட்டம் விட்டேன். என்னெங்கிலும் கிட்டுதாய்ன்னு. பயலுக்குக் கொஞ்சம் சாராயத்தை வாயில ஊற்றிக் கொடுக்கலான்னா பயலுக்கு அரை போதம்தான் உண்டும். என்ன செய்யோக்கு. நாங்க கூடாரம் இட்டிருந்த சரிவுக்குக் கொஞ்சம் மேல ஒரு மரத்தைக் கண்டேய்ன். ஆக்கொத்தி எடுத்துவோண்டு போய் பத்து நுப்பது வெட்டு. சங்கிராண்டம் கீழ விழுந்துது. குண்டு தோண்டி இந்த மரத்தை அப்படியே இட்டு தீ வச்சேன். அதுக்குள்ளே நம்ம போவாஸும் வந்திட்டாய்ன். தீ குபு குபுன்னு நின்னு எரிய்யுவு. பிடில மக்கான்னு சொல்லிக் காலையும் கையும் பிடிச்சு நாகராயனைத் தூக்கி தீயில இட்டு வாட்டினோம். ஐஞ்சு நிமிஷம்தாய்ன் பய இன்னபாரு தள்ளேன்னு எழும்பி ஒரு கப்புல சாதனத்தை எடுத்து அடிக்கான்."

"மத்தாயே ஒருமாரி ஊம்பித்தனம் காட்டப்பாது என்னா. பச்சை மரம் எப்பிடிடே எரியும்?" கூட்டத்தில் கதை கேட்டுக்

கொண்டிருந்த அப்பி மிகச்சரியாய்த் தவறைக் கண்டுபிடித்த தோரணையில் கேட்டான்.

"அது குந்த்ராண்டம் வேங்கை மரமாக்கும்டே அப்பி. வேங்கை மரம் பச்சையிலேயே எரியும் அறியலாமா. அதுல ஒரு எண்ணெய் உண்டு. பின்னைக்கா மரமும் அப்படியாக்கும். வெறி சமயம் தண்ணி தவிச்சா பில்லாணி வள்ளியைத் தேடுவோம். பில்லாணி வள்ளிய வெட்டினா சொட்டுசொட்டா தண்ணி வரும். கீரிப்பிள்ள அறியாத பாம்பாடே. மலையில கெடக்கியவனுக்கே மரத்தைக் குறிச்சுச் சொல்லிக் குடுக்கியா மக்கா."

அப்பி அதன் பிறகு பேசாமல் கதை கேட்டான்.

ooo

பட்டை லோடுக்கும் போவான். நன்னாரி லோடுக்கும் போவான்.

"நறுனாட்டிக் கிழங்கு இருக்கில்லா கிழங்கு வைக்கமுன்ன அந்த வேர்லயாக்கும் நல்ல மணம் இருக்கும். சைஸூ சிறிதுதாய்ன் மணத்தைக் கண்டேன்னா அப்பிடியிருக்கும்."

எதையாவது பேசிக்கொண்டேயிருக்கும் மத்தாயை எனக்குப் பிடிக்கும். அவன் கொண்டுவரும் காட்டுப் பொருட்களைவிட அவன் கொண்டுவரும் கதைகளுக்கும், தகவல்களுக்கும் எனக்கு ஒரு மயக்கம். அவன் இந்த ஊராண்டிகளைப் போல் பேதம் பார்ப்பதில்லை. ஜாதி வித்தியாசம் கிடையவே கிடையாது. சொந்த மச்சினன் போவாஸைவிட அவன் சின்னையனுக்க மொவனான என்னைவிட பூவங்காம்பறம்பு பூவண்டன் தெரு நாகராயன் தான் அவனுக்கு நெருக்கம்.

காட்டில் நேரம் நகர்வது ஊரைப் போல் இருக்காது. அந்த அமைதியும் தனிமையும் பல வேளைகளில் பாலியல் உணர்வுக்கே எட்டித்தள்ளும். காட்டுவேலை செய்யும் ஆண்களுக்கு அதற்கான வடிகால் விறகு பொறுக்க வரும் பெண்கள்தான்.

மத்தாய் கதையைத் தொடங்கினான். "நல்ல செறுப்புக்காரக் குட்டியாக்கும் கேட்டியா. நாய்ன் அண்ணு வேலை அற்று இருந்தய்ன். கொஞ்சம் காந்தாரிப் படப்பனை செறு துண்டுவளாட்டு வெட்டி, பாறையில் காயப்போட்டுவோண்டு நேரமே காய்ஞ்ச படப்பனையும் சோப்பனையும் பானையில இடக்குச் சுட்டி பானையை எடுக்க தாழோட்டுப் போறேன்."

சற்று இடைவெளி விட்டான் மத்தாய். எல்லோரும் சாரத்தை ஒழுங்குபடுத்திக்கொண்டு நிமிர்ந்து உட்கார்ந்தோம்.

“ஒரு பத்து பதினெட்டு வயசுதான் இருக்கும். குட்டி மூத்திரம் போறதுக்கு வெறவுக்கட்ட தாழப் போட்டோண்டு ஒதுங்கினா. நாய்ன் பதுக்க கிட்டப் போனேன். அப்ப நெஞ்சூக்கம் கொஞ்சம் கூடுவலு இருந்த சமயம். குட்டி இருந்திட்டு பாவடையை எறக்கின நேரத்தில நேரிட்டு கேட்டுட்டேன்.”

“குட்டே கொஞ்சம் புளி குத்தலாமா?”

“மசை நெறைய புளி குத்தின கையாக்கும் போல.” சின்ன அறப்பும் இல்லாமக் கேட்டா.

“ஓ குத்தினா என்ன கிட்டும்?”

கஞ்சுவெள்ளம் உண்டு. மயக்கின கெழங்கும். பின்ன கையில ஒரு இருவது ரூவா தல்லாம்.

“அண்ணு அவ கஞ்சி குடிச்சோண்டு போனா.”

நாங்கள் எல்லோரும் அவன் சொன்ன கதைக்கு அன்று எச்சில் விழுங்கித் தவித்து வீடு திரும்பினோம்.

ooo

“ஒரிக்கா பிறாவெளையில ராத்திரி மலவாதைக்க கிட்ட மாட்டின கதை தெரியுமாடே ஸ்டீபா?”

மத்தாய் இந்தக் கதையை என்னிடம் ஒருமுறை சொல்லி யிருக்கிறான். ஆனாலும் சுவாரசியமான கதை.

“செல்லு அண்ணோ செல்ல அண்ணோவ்” என்றேன் நான்.

இந்த மாதிரித் தருணங்களில் அவனைக் கொஞ்சம் ஐஸ் வைத்தால் போதும். கதை காட்டருவிபோலக் கொட்டும். ஆனாலும் நாங்கள் அமர்ந்திருந்த வட்டப்பாறையின் அருகில் இருக்கும் கல்லறைத் தோட்டம் வயற்றைப் பிசைந்தது. காரணம் அந்தக் கதை அப்படி.

காணிக்காரவன்மாருக்க தெய்வங்களும் வாதைகளும் பயங்கரமாக்கும் கேட்டியளா மக்கா. ஒன்னிரண்டு தெய்வங்கள் இல்ல மலங்காளி, வாழாற்று மாடன், மலை வாதை, காலாட்டுத் தம்புரான், வடக்கன் பேய், வரம்பொதி ஆயன், அடங்காட்டு ஆயன், கரும்பாண்டியம்மன், பேராயன் இப்படியாக்கும் சம்பவங்கள். பிறாவிளை பாலன் காணி நமக்க கூட்டுக்கார னாக்கும். அங்க உள்ள அச்சுதன் ஆசானும் நமக்கு நல்ல அடுப்பமுண்டு. தெய்வங்களை இங்க உள்ள இந்துக்களை மாரி சிலையெல்லாம் வச்சி வழிபடியதில்லை. அவியளுக்கு தெய்வங்கள் வெறும் கருங்கல்லுவ. ஒரு கூம்பு போலத்தான் இருக்கும். ஆனா

பயங்கர சக்தி ஒள்ளதாக்கும். அண்ணு நம்ம கண்ட்ராக்குக்கு கை மருந்துக்கு கொஞ்சம் ஆனப்பாலு வேணும்னு கேட்டிருந்தாரு. நானும் பிற்ற நாளு கொண்டுவரேன்னு செல்லிட்டு பைய யாத்ரையத் தொடங்கினேன். என்னன்னு இல்ல அண்ணு ஒரே வெள்ளத்தாகம். நமக்கு வெறும் வெள்ளம் போருமா. சங்கதியைச் சொன்னதும் பேச்சிப்பாறையிலேண்டு நம்ம கூட்டாளி சோமன் வந்துசேந்தான். பிள்ளா ஒங்களாணை என்னா அடின்னு தெரியுமா மூக்க முட்ட வாற்றுச்சாராயம் குடிச்சோம். சோமனுக்கு மறுநாளு டூட்டி. ஆளு ட்ரைவராக்கும். அவன் குலசேகரத்துக்குப் போய்ட்டான். நமக்கென்ன நான் ஒற்றைக்கு புறாவிளைக்கு புறப்பட்டாச்சு. குத்திருட்டு. இஞ்ச ஆருக்கு பேடி. நான் போறேன். மணலோடை ஆறு கண்ணுக்குத் தெரியுது. மலையளுல கெடந்த பழக்கம் இல்லியா. காலு அது போக்குக்கு போவது. பசுவத் தேடித் திரிய கன்னுக்குட்டிபோல. புறாவிளைக்கு கிட்ட போவும்போது ஒரு சின்ன திலுப்பு உண்டு. அங்கதாய்ன் சிக்கினேன்.

“சுத்தி இருட்டு. ஒரு அனக்கம் இல்ல. மக்கா வாதை ஒரு பனை கௌரம் இருக்கும். மலைவாத ... கண்ணுக்க முன்ன நிக்குது. எனக்க அப்போ கொடலு கலங்கிட்டுலே. நெஞ்சு இடிஞ்சு விழியது மாரி ஒரு நெலவிளி கேட்டுது.”

என் அருகில் அமர்ந்திருந்த சுஜித்தின் கால்கள் மெல்ல நடுங்குவதைக் கண்டேன்.

“பாத்தேய்ன். பாலனை விளிச்சா விளி கேக்காத்த தூரம். ஒன்னும் நிவர்த்தியில்ல. மலைவாதை ஆளைக் கொண்டுதாய்ன் போவும். எனக்குப் பையப் பையத் தலைக்கட்டு விட்டுது. நான் வழி மாறியாக்கும் போயிட்டேன். என்ன செய்ய ஏசுவே வேளாங்கண்ணி மாதாவே ஜெபமாலையை இட்டுட்டு வரேல. ஈரக்கொலை வாய்வழியா வெளிய வாரதுபோல இருக்கு. ஒருபக்கம் வயறு கலக்கி தூற முடுக்குது. என்ன செய்ய?”

நான் எழுந்து அருகில் இருந்த புதரில் சிறுநீர் கழித்து வந்தேன்.

மத்தாய் தொடர்ந்தான் “அப்பத்தான் ஓர்மை வந்தது நம்ம அச்சுதன் ஆசான் எனக்கு ஒரு மந்திரம் படிப்பிச்சுத் தந்தது. மலங்காளியை மனசில நெனைச்சு மந்திரத்தைச் சொன்னேய்ன்.

“என்னாண கெட்டு கெட்டு

நின்னாண கெட்டு கெட்டு

படைச்ச பரமசிவனாண கெட்டு கெட்டு

பல்பனாவ சாமியாண கெட்டு கெட்டு

எங்க தேவியாண கெட்டு கெட்டு

படிச்ச பிரம்மனாண கெட்டு கெட்டு

நின்னாண கெட்டு கெட்டு என்னாண கெட்டு

நித்திய இத்திய சிவா

ஒங்களாணை மக்கா வாதை ஏங்க போச்சுன்னு தெரியாது. அது காடுகெட்டு மந்திரமாக்கும். அதுக்கப் பொறவு ஒருநாளும் இருட்டத்தில புறாவிளைக்கு போறதில்ல."

○○○

அன்று தவமணியின் விளையில் மரச்சீனி நடவு. ஒத்தாசிக்கு நாங்களும் சென்றிருந்தோம். காலையில் இளங்குடிக்குப் போய் இருந்த இருப்பு வேலைக்காரர்கள் கரையேறி இருட்டினப் பிறகும் தொடர்ந்தது. மத்தாய் அன்று முழு போதையில் இருந்தான். போதையில் கதைகளுக்குத் தடை இருக்காது. மதியம் தரையில் குழிந்திருந்த குழியில் வாழை இலை பரத்தி நல்ல பச்சவெட்டு தேங்காய் திருவித் தூவிய உளுந்தங்கஞ்சி விட்டு பிலா இலக்கு கோட்டி எல்லோரும் சுற்றி இருந்து குடித்துக்கொண்டிருந்தோம். இளங்குடி கிழங்குக்கு மிச்சமிருந்த இடி சம்மந்தியும், மதியம் வறுத்த காணச் சம்மந்தியும் இதமாய்த் தொண்டையில் இறங்கின.

சிகாமணி பாட்டா தலைமையில் ஆறு பேர் வந்திருந்தனர். வெற்றிலை பாக்கு முறுக்கானுக்காக எங்கள் அருகில் வந்தமர்ந்த அவரிடம் மத்தாய் கதையளக்க ஆரம்பித்தான்.

"நட்டது என்ன கம்பாக்கும்?"

"வேறன்ன அடுக்கு முட்டான்தான்."

பாட்டா மெல்லிதாய்ச் சொன்னார்.

"அப்பெல்லாம் எத்தன வகை மரச்சீனிக் கெளங்கு இல்லையா பாட்டா ... கரியிலைப் பொதியன், உளிச்சோப்பன், நறுக்கு, மஞ்சக்குட்டன், மாக்கொழுந்தன், கரிகாலன்.

"கரிகாலன் கிழங்கும் காமுறித் தேங்காயும் போரும்ணாக்கும் பழைய வாக்கு இல்லியா பாட்டா." மத்தாய் அவர் மறந்து போன கதைகளை அவருக்கே சொல்லிக்கொண்டிருந்தான். பாட்டா முறுக்கான் முடிந்ததும் நீங்கினார்.

"கெழங்க சுட்டுத் தின்னிருக்கியால. இங்க நாங்க மலையில சுட்டுத் தின்னுவோம். இல்லேன்னா அவிச்சி, இல்லீயன்னா மயக்கி, இல்லேன்னா பெரட்டி தின்னுவோம். ஒரு நாளு பானை

ஒடஞ்சி போச்சி. சுட்டுத் தின்ன பிடிச்சேல என்ன செய்தமுன்னு தெரியுமா?

"ஒரு பழைய அடவு ஒண்ணு உண்டு, காணிக்காரன்மாருக்க அடவு. மாக்கல்லு இல்லாத நல்ல கருங்கல்லு ஒன்னு எடுக்கணும். தீமூட்டி கங்கு நெறைய வார மாரி வெறவு எரிக்கணும். இந்த கருங்கல்ல அதில இடனும். பொறவு கூவ கெழங்கு இலையளு எடுத்து அதில மரச்சீனிக் கெழங்க பொதிஞ்சு இந்த கல்லுக்க மேல வச்சிரணும். கொஞ்சம் காந்தாரி மொளவும் உப்பும் கூட இட்டுப் பொதியலாம். ஒரு அஞ்சு நிமிஷம் கழிச்சு பொதியப் பிரிச்சுப் பாத்தா கெளங்கு முட்டை மாரி வெந்து இருக்கும். நீங்க இதெல்லாம் எண்ணு கண்டிட்டுண்டுடே பிள்ளாரே."

"ஐயப்பன் பிள்ளரு நெய்யப்பம் சுட்டு
காக்கை கொத்தி கடலலிட்டு
முங்ஙாம் பிள்ளரு முங்ஙி எடுத்து
தட்டாம் பிள்ளரு தட்டி எடுத்து
வாங்ஙாம் பிள்ளரு வாங்ஙி பறிச்சு
தின்னாம் பிள்ளரு தின்னு கழிச்சு
ஐயப்பன் பிள்ளரு நெய்யப்பம் சுட்டு"

மத்தாய் அவன் பாட்டுக்குப் பாடிக்கொண்டிருந்தான்.

○○○

மத்தியாஸானவர் ஜலத்தின் மீது அசைவாடிக்கொண்டிருந்தார்.

அன்று போவாஸ் மகளுக்குச் சடங்கு. சந்தடிகள் அடங்கிய பின்னிரவில் எங்கள் குழு போவாஸ் வீட்டுக் கொல்லையில் குழுமியிருந்தது. நாகராஜன் மட்டும் அன்று இல்லை. கர்நாடகத்துக்குப் பட்டை லோடு கொண்டுபோயிருப்பதாக மத்தியாஸ் அண்ணன் சொல்லி கொண்டிருந்தான். போவாஸ் மகள் சடங்குக்காகவே தனியே வாங்கி வைத்திருந்த மிலிட்டரி குப்பி எங்கள் முன் அசையாமல் நின்றிருந்தது.

"லே மத்தாயி ஒனக்க மத்த கதை ஒண்ணு செல்லுடே கேட்டு கனமா நாளாவுது" வாட்ச் கடை பாக்கியம் மேஸ்திரி அண்ணன் கேட்டார்.

"அதுக்கென்ன செல்லலாய்ன் மொதல்ல ஒரணம் அடிப்போம்" என்றான் மத்தாயி. ஏற்கெனவே நாங்கள் யாரும் அறியாமல் வேறொரு குழுவோடு அவன் ஒரு ரவுண்ட் அடித்திருந்தான். அவனுக்குள் கதைகள் ஊறத்தொடங்கிவிட்டன. எல்லோரும் குப்பியைக் கவழ்த்தி ஆளுக்கு ஒரு கிளாஸ் அருந்தினோம். கனைத்தபடியே மத்தாய் ஆரம்பித்தான்.

“அப்ப அமலபுஷ்பம்னு ஒருத்தி. பொற்றைக்கு வெறவு பெறக்க வருவா. எனக்கக் கூட நம்ம நாராஜனும், திட்டு வெளையிலேண்டு ஒரு சாய்ப்பு பயன் பேரு மைதீன் கண்ணு, பொறவு நாவக்காட்டிலேண்டு ஐவின்னு ஒருத்தன், நாங்க நாலு பேரும் மட்டும். வெட்டித் திருத்துத சோலிதாய்ன். நானும் ரெண்டு மூணு நாளா பைய்ய அனக்கிப் பாத்தேன். சரக்கு விழல்ல. நல்ல நயம் பெண்ணாக்கும். அது பாத்தா தெரியும். பெண்ணுவளுக்கு அவளுவள யாராவது பாக்கியாவன்னு தெரிஞ்சா ஒரு பவுசு வரும். வெளிய காட்டேல்லேன்னாலும் நல்ல அனுபவம் உள்ளவன் கண்டுபிடிச்சிருவான். ஆணாப் பெறந்தவனுவளுக்கு அறியலாம் அவளுவளுக்க நடையில, நோட்டத்தில, மூச்சில தெரியுத மாற்றம். செல பெண்ணுவ எடக்கண்ணு போட்டு பாப்பாளுவ. நானும் ஒரு ஆழ்ச்சை சுத்திக் கறங்கினேன். செவிடு பறியல. சும்மா ஒண்ணு முட்டிப் பாப்போம்னு பழக்கம் குடுக்கக் கிட்டப் போனா பசு எறியுது. ஆகா இது வேற எனமாக்கும்னு பிடிகிட்டிச்சு. நானும் விடேல மடக்கிரலாம்னு செவிடு பெருக்கிற்றே கறங்கினேன். அவ கண்டுகிடேல. நம்ம நாராயனும் ஆளு மோசமில்ல. அவனும் கண்ணடிச்சு, கையக்காட்டிப் பாத்தான். குட்டி ஒரு மாரி சீறுது டே. நமக்கு சரிப்படாதுன்னு ஒதுங்கிட்டான்.

“சாய்ப்பு பையனுக்கும் அமலாளுக்க மேல ஒரு கண்ணு உண்டும். ஆளு நல்ல வெளுப்பு சுந்தரக் குட்டனாக்கும், நானும் நாகராஜனும் ஒதுங்கின பொறவு இவன் வளைச்சிப் பாத்தான். நான் யூகிச்சது விழுந்தா அவனுக்குத்தான் விழும்னு. எங்கே எங்களையாவது கண்ணுக்க நேர பாப்பா. இந்தப் பயல ஒரு மயிருன்னுதானும் மதிக்கல. ஆரையும் ஒரு பில்லுன்னுதானும் மதிச்ச மாட்டா. அவளுக்க கிட்ட போவ விடாம எதோ ஒண்ணு எங்களையும் தடுத்து பிடிச்சுது.

“நாவக்காடு ஐவினு பய கறுகறுன்னு இருப்பான் பாக்கியதுக்கு கறுப்புல ஒரு ஐஸ்வரியம் உண்டில்லா அதுவுமுமில்ல. ஆனா சம்பவம் வேற மாரியாக்கும் நடந்துது. என்ன ஆச்சின்னு தெரியாது. ஒரு நாளு நான் பாறை ஊற்றில குளிச்சு துணி அலக்கிட்டு வாறேன். ஒரு கரைச்சலு சத்தம். நான் ஒரு கிடுவுல ஒளிஞ்சு நின்னு கேட்டேன். அமலாதான். ஐவின் பயலுக்க காலைக் கட்டிபிடிச்சோண்டு கண்ணீர் விட்டு கரையுதா... “என்னை தொட்டிட்ட விட்டுராத விட்டா நான் சீரழிஞ்சு போவேன். செறுப்பத்திலேயே மாப்பிள செத்துப் போனான். அண்ணேலேருந்து ஆரையும் நான் பாக்க மாண்டேன். எனக்கப் பொன்னே உன்னைப் பாத்துதான் எனக்கு ஆசை வந்துது. இனி நீ என்னை விட்டுட்டா எனக்க பிரேதத்தைத்தான் பாப்ப. ஒன்னாண சாவேன்.” அமலா அந்த

பயலுக்க கால்ல விழுந்து கெடக்கியதப் பாத்ததும் தேகம் சிலித்துப் போச்சு மக்கா. ஒரு சந்தமில்லாத்த பய. பெரிய சாமர்த்தியமும் கெடயாது. ஆனா அவளுக்க மனசு அவன்டயாக்கும் விழுந்துது. உடம்பவிட மனசுக்க பெலமாக்கும் வலிது."

சிறு இடைவெளிவிட்டு நிறுத்தி மீண்டும் ஒரு கிளாசை கவிழ்த்துவிட்டுத் தொடர்ந்தான்.

"ஆனா விதி அதைவிட வலிது. இந்த இடைக்கு பெருஞ்சாணி மலைக்கு ஒரு சோலியாட்டுப் போனேன். அவளைக் கண்டேன். பாவம். அந்தப் பய வயற்றில குடுத்திட்டு ஓடிட்டான். இவ இப்ப சீரழிஞ்சு கெடக்கியா. மரிச்சுப் போறதுக்கும் வழியில்ல கையில பிள்ள உண்டு. எனக்கு மறுக்கமாயிட்டு பாத்துக்கோ. அமலபுஷ்பம் பாவப்பட்ட பெண்ணடி. நான் தொட்டிதாய்ன் எந்நாலும் ஒருக்காலும் இவளப்போல பெண்ணுவளை தெற்றாட்டு செல்ல மாண்டேன்.

"அன்னைக்கு கரலுபொட்டி கரஞ்சிட்டெண்டே. அது ஒரு மாரி கரையெக்கம். நெஞ்சு பொட்டிக் கமறி."

"அமலா... அமலா"

இரண்டு முறை அவள் பெயரைச் சொல்லிவிட்டு, இப்போதும் அழுவதுபோல் மூக்கைச் சிந்தினான். பிறகு மண்ணையே ஆழமாகப் பார்த்துக்கொண்டிருந்து சொன்னான்.

"காந்தாரிப் படப்பன்ல கசப்பு இல்லேன்னா அது என்னடே மயிரு, அதென்னடே தள்ளையத்தின்ன காந்தாரிப் படப்பன்."

அக் – 2022

(*காந்தாரிப் படப்பன்*, நவம்பர் 2022 – வனம்)

ஊற்று

"லோய் சாலியே எளும்புவல்லே. செல்லாச்சி கடையிலேண்டு புட்டு வாண்டிச்சுவோண்டு வாவல்லே. புட்டு இப்பம் தீரும். ஓடி போவல்லே. லேய் சாலியே."

காலையில் அப்பா அழைக்கும் சத்தம் கேட்டுத்தான் படுக்கையை விட்டு எழுவேன். அப்பா முன்னாள் லாரி டிரைவர். பிறகு கண் பிரச்சினை யால் பிபிகே கம்பனியின் கருப்பட்டி குடோனில் வேலை. லாரி டிரைவராய் இருந்த காலங்களில் நான் இன்னும் சிறுபிள்ளை. அப்போது அவர் ஒரு கம்யூனிஸ்ட சங்கத்தில் செயல்பட்டு வந்ததாகச் சொல்வார்கள். நான் பிறந்தபோது கிறிஸ்தவப் பெயராகவும் கம்யூனிஸ்ட் பெயராகவும் இருந்ததால் ஸ்டாலின் எனப் பெயரிட்டார்.

கொல்லோளம் தாண்டி வாய்க்காலங்கரை வழியாகக் கொஞ்ச தூரம் நடந்து, கல்லுமாடன் கோயிலிலிருந்து கீழே வயல்களின் நடுவே நடந்து ஏலாவைக் கடந்தால் வரும் கீக்குடி.

கீக்குடியின் எதிர்க்கரை மேட்டில் செல்லாச்சி கடை. சிறு மூங்கில் குழலில் வெள்ளைத் தேங்காய்த் தூவல்கள் மணக்க, வெள்ளைப் பச்சரிசி மாவில் சூடான புட்டை தேக்கிலையில் மடித்து வாங்கி வைத்துவிட்டு ஆற்றுக்கு ஓட வேண்டும். அந்தப் பக்கம் உண்ணாமலைக்கடைக்குக் குறுக்கே

பாயும் குழித்துறை தாமரபரணியாறு. கீழே மணல் அள்ளிய பள்ளங்கள் சுழிகள் இருப்பதால் மேல் கரையில் பொன்னுபோல் குளித்துவிட்டு வீட்டுக்கு வந்து செல்லாச்சி கடை புட்டை ஒரு குற்றி விழுங்கிவிட்டு வேலைக்கு ஓட வேண்டும். ஒன்பது மணிக்குப் போகவில்லையென்றால் விவேகானந்தன் அண்ணன் தானக்கேடு கிழிப்பான்.

OOO

விவேகா ஆர்ட்ஸ். கீழே ஒரு தூரிகைப் படம். போர்டு எழுத்து. சுவர் விளம்பரங்கள். மூக்கன் பெரியப்பாவின் மகன் என்னை இங்கு சேர்த்து ரெண்டு வாரம் ஆகிறது. இதுவரை ஒரேயொரு ஆர்டர். அதிலும் தூசு துடைப்பது தவிர, பிரஷையும் பெயிண்டையும் கையில் காட்டவில்லை. ஏற்கெனவே நாலு வருடங்களுக்கு முன் பத்தாம் வகுப்பு பெயில் ஆனபோது கொத்த வேலைக்குச் சென்றிருக்கிறேன். கஷ்டமெல்லாமில்லை. ஆனால் வேலை படிக்க வேண்டும். பாவம் விவேகா ஆர்ட்ஸ், அவருக்கு ஆர்டர் வரவில்லை. தினமும் சும்மா ரூமில் உட்கார்ந்து சாயங்காலம் பத்து ரூபாய் வாங்கிவிட்டு வருவது அடுத்த வாரமே அலுத்துவிட்டது. கோரண்ணனிடம் கேட்டு ஃபிளாஷ் ஆர்ட்ஸில் சேர்ந்துவிட்டேன்.

விடியல், ஃப்ளாஷ், ஜூனியர் ஃபிளாஷ், சிவா இவர்கள்தான் தொடுவெட்டியின் பெயர் போன ஆர்ட்டிஸ்டுகள். மார்த்தாண்டம் முழுதும் உள்ள கடை முகப்புகளில் இவர்களின் கைவண்ணம்தான். தக்கலையில் சூர்யாஆர்ட்ஸ், அனீஸ் ஆர்ட்ஸ், அலி ஆர்ட்ஸ், விக்டர், குமார், குலசேகரத்தில் சிங் ஆர்ட்ஸ், திருவட்டாரில் பேபி, நாகர்கோவிலில் எஸ்.சி. குமார். முதல் முதல் ஸ்ப்ரே பைண்டிங் ஆர்ட் செய்யும் தூத்துக்குடி சாந்தா எல்லோரையும் கேட்டுப் பார்த்துத்தான் இந்த வேலைக்கு வந்துசேர்ந்தேன்.

தொடுவட்டி லாரன்ஸ் பேக்கரிக்கு மேலே ஒரு பெரிய போர்டில் விடியல் குமரேசன் எதோ விளம்பரத்திற்காக நீலக் கலர் தூக்கலாகக் கழுகுப் படம் ஒன்றை வரைந்து வைத்தபோது இனி என் எதிர்காலம் சுவரெழுத்து எனத் தீர்மானித்தேன். நியான் போர்டுகள், பிளாஸ்டிக் போர்டுகள் வழக்கிலிருந்தாலும் இந்த எனாமல் பெயிண்ட் சுவரெழுத்து அது வேறொரு கலை.

OOO

ஃபிளாஷில் ஒரு வருடம், குழித்துறை சிவாவோடு ஆறு மாசம். வேளை வந்ததும் நான் தனி வேலை தேடினேன். பம்மத்தில் முதல் தனி வேலை கிடைத்தது. கூட்டுக்கு ரூபனைச் சேர்த்துக்

கொண்டேன். அவன் வராத நாட்களில் பெர்லியும், சிமியோனும். வரிசையாய் ஆட்டோமொபைல் ஒர்க் ஷாப்புகள், கார், லாரி, டெம்போ உதிரிபாகக் கடைகள், அவர்களுக்கான ஹோட்டல்கள். பீடி, சிகரெட், முறுக்கான் கடைகள். பஸ் டிப்போவுக்குப் பக்கத்தில் வளர்ந்து வரும் பகுதி அது. முதல் வேலை ஒரு ட்ராவல்ஸ். வெளிநாட்டுப் புத்தகம் ஒன்றிலிருந்து ஏரோப்ளேன் படத்தைப் பார்த்து நகல் எடுத்தேன். கடை முகப்புப் பெயர் எழுதும் இடத்தில் ஃபர்ஸ்ட் கோட் பெயின்ட் அடித்துவிட்டுச் செல்லும் போது தேவி தியேட்டரில் செகண்ட் ஷோ விட்டிருந்த நேரம் ஆகிவிட்டது. மறுநாள் காலையில் வந்து பார்த்தால் வேலைக்காக மாட்டி, மறந்து அணைக்காமல் விட்டிருந்த குண்டு பல்பு வெளிச்சத்தில் பூச்சிகள் குவிந்து பெயிண்டில் ஒட்டி மொத்த இடமும் கருப்புத் திட்டுகளாய் மாறியிருந்தது... காட்டன் வேஸ்டும் கட்டை ப்ரஷும் கொண்டு துடைத்தெடுத்தோம். ஒரு கோட் பெயிண்ட் வேஸ்டாகிப் போனது. நல்ல தொடக்கம். கடை முதலாளிக்கு என் வேலை பிடித்துவிட்டது. அவர் எருதூர்கடையைச் சேர்ந்தவர். பூர்வீகம் நம்பாளி. “கொள்ளாம் கேட்டிலாமா சகோதரா, இனி நம்மோ அறிஞ்சவருக்கு போர்டு எழுதணும் எங்கி அல்லாண ஒம்மளதான் விளிச்சுவேன்.” கொஞ்சம் பேசிப் பார்த்ததில் நான் தேர்ந்தெடுத்த வண்ணங்களும் எழுத்துருவும் அவருக்குப் பிடித்திருந்தது. நான் கலைஞனாய் என்னை உணர்ந்த முதல் தருணம் அது.

○○○

இந்தமுறை கடும் கோடை. கீறி மாமியின் வீட்டிலிருந்த வற்றாத கிணறும் வற்றிவிட்டது. கீக்குடி ஜனங்கள் எல்லோரும் அதிகாலையிலேயே ஆற்றுக்குச் சென்று கரையில் தோண்டி யிருக்கும் ஊற்றில் நீரெடுத்து வருவார்கள். இந்தக் கோடையில் இருபதடிக்கு அந்தப் பக்கம் மணலெடுத்த கடவுகளில் மட்டும்தான் முங்கிக் குளிக்கும் அளவுக்குத் தண்ணீர் இருக்கும். மற்ற இடங் களில் கரண்டைக்கால் அளவு மட்டும்.

“கண்ணீரு போல இருக்கு மக்கா தண்ணி. என்னா ருசி. என்னா ருசி. இந்த மண்ணுக்க வாக்காக்கும் கேட்டியா மக்ளே” ராஜப்பன் சின்னய்யன் குட்டித் தம்பிகளோடு ஆற்றில் குளித்து விட்டு ஒரு குடம் ஊற்று நீரோடு வீடு திரும்பும்போது தவறாமல் சொல்லுவார். எப்போதும் சிறு அழுக்கும் படாத வெள்ளைக் குற்றாலம் துவர்த்து சகிதம் குளிக்க வரும், அருளண்ணன் லூனார்ஸ் செருப்பை அழுத்தித் தேய்த்துப் பளபளப்பாக்கிக் கொண்டே சொல்வான். “நம்ம பிள்ளயளுக்க காலத்தில இதெல்லாம் இருக்குமாடே. நான் சின்ன பிள்ளையாட்டு திரிஞ்ச

காலத்தில நம்ம சொத்தி விமலு பயலுக்க வீட்டு நட வர வெள்ளம் கெடக்கும். அத்ர வலிய ஆறாக்கும் இது. வெள்ளப்போக்கம் சமயத்தில கீக்குடி ஏலா முங்கிரும் பாத்துக்க. நாங்கெல்லாம் பேடிச்சு வீட்ட அடைச்சு பூட்டியிட்டுவோண்டு கொடுங்குளத்தில சொர்ணம் பாட்டிக்க வீட்லயாக்கும் மழக்காலம் தீரியதுவர இருப்போம். அப்ப இந்த மணலு கடவுவ இல்ல. மணலுக்கு இவ்வளவு வெல இல்ல. மணலு போச்சுன்னா தண்ணி போச்சு, அதுக்க ருசி போச்சு. நான் திர்நெவேலில படிச்சும்ப அங்க உள்ள தாமிரபரணி ஆற்றுத் தண்ணிய குடிச்சுப் பாத்திருக்கியன். ஒன்னாண பிள்ளா நீ விசுவசிச்ச மாட்ட இதே ருசி. ரெண்டும் ஒரே மலையிலேண்டு பிரிஞ்சு வாற வெள்ளம்னாக்கும் சொல்லுவினும்."

அருளண்ணன் இந்தக் கோடையில் காக்கட்டையில் ரெண்டு குடங்களைக் கட்டிக்கொண்டு ஊற்றில் நீரெடுக்க வந்திருந்தபோது என்னை ஏக்கமாய்ப் பார்த்தான். நாங்கள் குடங்களைத் தூக்கிக்கொண்டு வீடுகளுக்குக் கிளம்பினோம் எதுவும் பேசிக்கொள்ளவில்லை.

○○○

நாகேர்கோயில் எஸ்.சி. குமார் அண்ணனோடு தேர்தல் சுவரெழுத்துக்கும், தக்கலை சூர்யாவோடு சங்கர் சிமென்ட் விளம்பர எழுத்துக்கும் சென்று வந்ததில் என் எல்லை சற்று விரிந்தது. தக்கலையில் விக்டர் அண்ணனும் நாகர்கோவிலில் மணிகண்டனும் நட்பானார்கள். தக்கலை முத்தலக்குறிச்சியில் பெண் எடுத்த கையோடு புதிய மாற்றங்களையும் சுவீகரிக்க முடிந்தது. பிளாஸ்டிக் போர்ட்கள், டிசைன் ஓர்க், பிறகு மெல்ல கம்பியூட்டர் பயிற்சி. டிஜிட்டல் வரைகலை முதலில் கைகூடவில்லை. மெல்ல அதில் மூழ்கி ஓரளவுக்குத் தேறி வரும்போது, ப்ளெக்ஸ் பிரிண்டுகள் கணிசமாய் ஆக்கிரமிக்கத் தொடங்கியிருந்தன. அப்படியே கிரானைட் கற்களில் செம்பில் செய்த பிரத்தியேக சிறு உளிகள் கொண்டு உருவங்கள் செதுக்கிக் கொடுக்கும் ஸ்டோன் ஆர்ட்டை முழுநேரத் தொழிலாக்கிக் கொண்டேன். உடையில் அழுக்குப் படாத வேலை. நல்ல ஊதியம். கல்லறைகளில் பிறந்த தேதி இறந்த தேதி இவற்றோடு இறந்தவரின் தோளளவு உருவத்தையும் செதுக்கிப் பதித்து வைப்பது இப்போது பெரு வழக்கமாயிருக்கிறது. என் வேலை தமிழ்நாடு, கேரளா ஏன் பம்பாய் வரை கூடப் போயிருக்கிறது.

○○○

டூ வீலருக்கு பேட்டரி வாங்கிவிட்டுத் திரும்புகையில் மணிகண்டனைச் செட்டிக்குளம் சக்கரவர்த்தி தியேட்டர் அருகில் ஓர்க்கிங் ட்ரெஸ்ஸில் பார்த்தேன்.

“ஏய் அளியோ இஞ்ச என்ன வேல” நான் கிட்டத்தட்ட கத்தினேன்.

“ஏய் சாலி சோமாரிக்கியா மக்கா” அவனும் கத்தினான்.

அருகிலிருந்த கடைகளின் மேல் முகப்புகளைப் பார்வையிட்டுக்கொண்டே அவனைப் பார்த்தேன். என் பார்வையைப் புரிந்துகொண்டு “இப்ப ஆருடே பெயிண்ட் போர்ட் வெய்க்கா. முடுக்குக்கு உள்ள ஒரு கடை நாளைக்கு ஒப்பனிங் நேத்து நைட் பூரா வெள்ளையடிப்பு. அதான் ஒரு தம்மப் போடலாம்னு வந்தேன். கூட ஹெல்பர் உண்டும் மக்கா.”

“என்ன அளியா நீ இந்த டிஜிட்டல் ஒர்க் ஒன்னும் படிச்சேலியா?”

“எங்க போட்டு படிக்கதுக்கு. உனக்குத் தெரியாதா, அய்யா போனப்பொறவு வீட்டுக் காரியங்கள் நான்தானே பாக்கணும். இதில எங்க படிப்பு?”

மணிகண்டன் சந்தர்ப்பவசத்தால் இந்தத் துறைக்கு வந்தவன். பள்ளியிறுதித் தேர்வில் பள்ளியில் முதல் மதிப்பெண் பெற்றவன். திடீரென அவன் அப்பா இறந்ததும் பக்கத்து வீட்டு அண்ணனோடு கூட வந்து கையில் பிரஷ் பிடிக்கத் தொடங்கினான்.

இரவு மணிகண்டன் கனவில் பல வண்ண பெயிண்டுகளை முகத்தில் பூசிக்கொண்டு என்னைத் தொட்டு விலகி… தொட்டு விலகி நடனம் ஆடினான்.

○○○

தக்கலை தாலுக்காபீசில் குழந்தைக்கான இருப்பிடச் சான்றிதழும் சாதிச் சான்றிதழும் ஈ – சேவை மையத்தில் விண்ணப்பித்து விட்டுச் சந்தை ரோட்டில் டீ குடிக்க ஒதுங்கியபோது விக்டரைப் பார்த்தேன். பக்கத்துக் கடைவராந்தாவில் அழுக்கு உடைகளோடு வாயில் ஈ மொய்க்க முழு போதையில் உருண்டுகொண்டிருந்தான். பார்க்காததுபோல் நகர்ந்துவிடலாமா, ஒரு கணம் தயங்கி டீக்கான காசைக் கொடுக்கத் திரும்பினேன்.

“லேய் சாலி” விக்டர் அண்ணன் அத்தனை போதையிலும் என்னை அடையாளம் கண்டுகொண்டான்.

“அண்ணே ஒரு போஞ்சு போடுங்க” நான் டீக்கடையை ஒட்டியிருந்த நாகராஜன் கடையில் சொன்னேன்.

எலுமிச்சம் பழத்தைப் பிழிந்தபடி “உப்பா, சீனியா” என்றார் நாகராஜன் அண்ணன்.

நான் விக்டரைக் கைகாட்டிப் போதை என்பதைச் சைகையில் காட்டினேன். ஒரு முழு எலுமிச்சைப் போட்டு உப்பும் சோடாவும் விட்டுக் கலக்கி என் கையில் தந்தார்.

“அண்ணோவ் மொதல்ல இத அடி பொறவு பேசுவோம்.”

“என்னவாக்கும் இப்ப ஜோலி. முளுக்க வெள்ளமடிதானா?” இன்னும் விக்டர் அண்ணனுக்குத் தலை நிமிரவில்லை.

“ஜோலி ஓத்த ஜோலி ஊம்பின ஜீவிதம்” விக்டர் வாய்க்குள்ளே புலம்பினான். விக்டர் அண்ணனது அப்பாவும் ஓவியர். சிறுவயதிலேயே அவரோடு பள்ளி விடுமுறைகளில் சுவரெழுத்துக்குப் போவதுண்டு. அண்ணன் அந்தக் காலத்து பி.ஏ.வேறு. ஏதோ குடும்பச் சிக்கலில் இறுதி வருடம் படிக்கவில்லை. எப்போதும் இந்தியன் எக்ஸ்பிரஸ் கையிடுக்கில் இருக்கும். நாளிதழைப் படித்துவிட்டுத்தான் வேலையைத் தொடங்குவான். நிறைய வெளிநாட்டு ஓவியர்கள் பெயரை அவர்களின் வாழ்கைக் கதையை மதிய ஓய்வு நேரங்களில் சுவாரசியமாய் சொல்லித் தருவான். எனக்கு போர்டு எழுதும்போது வரும் ஆங்கில எழுத்துப் பிழைகளைத் திருத்துவதும் அவன்தான்.

“ஆர்ட் ஓர்க் பத்தி இவனுவளுக்கு என்ன குண்ண தெரியும். பந்த்ரெண்டு வயசிலயாக்கும் பிரஷ் பிடிச்சேன். பெயிண்ட் நாத்தம் இல்லேன்னா சோறு எறங்காது எனக்கு. நான் சாப்பிட்ட ஒவ்வொரு சோறுலேயும் மண்ணெண்ணெய் ஸ்மெல்லும் டர்பனும் கலந்திருக்கும். சிக்னல் ரெட்டுக்கும் செர்ரி ரெட்டுக்கும் வித்தியாசம் தெரியாத்த பயலுவ இப்ப ப்ளெக்ஸ் மயிர அடிச்சி தூக்கிட்டு நிக்கானுவ. வீடு பெயிண்டு அடிக்க வேலைக்கு போறேன். மனசு ஒப்பல்ல. இன்னைக்கு காலைல ஒரு வார்ட் மெம்பரு ஒரு மூத்திர சந்துல “இங்கு சிறுநீர் கழிக்காதீர் மீறினால் தண்டிக்கப்படுவீர்கள்–இவண் பத்மனாபபுரம் நகராட்சி” எழுதச் சொன்னான்”

கண்கள் சொக்கி சுவரில் எழுதுவதுபோலவே பாவனையோடு நிறுத்தி நிதானித்து விக்டர் அண்ணன் சொன்னான்…

“மூணு மாசத்துக்குப் பெறவு பிளாட் பிரஷை பிடிச்சேன். அதான் ஒரு சந்தோசம். வேல முடிஞ்சதும் பைசாவ வாங்கிட்டு ஒரு கோட்டரைச் சாத்தினேன். கவலைப்படாத நான் நல்லாத்தான் இருக்கேன். இது சந்தோஷத்தில குடிச்சது. சுவத்தில அடிக்க பிரஷ் கூட நம்ம கையை விட்டு தூரத்தில போய் ஒரு பைப்பில உருண்டையா மாத்தி வச்சிருக்கானுவ. என்கிட்டே இருக்க லெட்டர் பிரஷ், பிளாட்டு, அரை இஞ்சு, முக்கா இஞ்சு, ரெண்டிஞ்சு, நாலு இஞ்சு இதெல்லாம் என்ன பண்ண. மயிரு

பிளாஸ்டிக்...எல்லாம் பிளாஸ்டிக்கு... விக்டர் அண்ணன் கடைவராந்தாவில் கண்கலங்கி உட்கார்ந்துவிட்டான்.

○○○

நீலமும் காவியும் பொடி கொண்டு துணித்தட்டி, பேனர் எழுதிய நாட்களை எப்போதாவது சீனியர் அண்ணன்கள் கதை கதையாய்ச் சொல்லுவார்கள். ராஜசேகர் அண்ணன் கட்சிக்காகக் கேரளம் முழுக்கச் சுவரெழுதியவர். அங்குள்ள நீர்நிலைகளை, மரங்களை, பழமையை அந்த மக்கள் காக்கும் மனோபாவத்தை இடதுசாரிச் சாய்வோடே சொன்னார். அன்று மார்த்தாண்டத்தில் பழைய வங்கிக் கணக்கை க்ளோஸ் பண்ண வந்திருந்தேன். உள் அறையிலிருந்து பெர்லின் வந்தான்.

“சாலி எப்படிப் போவுது” பெர்லின் இப்போது ராஜசேகர் அண்ணனின் வலது கை.

அவனைப் பார்த்ததும் கீழ்குடிக்கு ஒருமுறை போய் வந்தால் என்ன என்று யோசனை வந்தது.

“கொள்ளாம். பெர்லினே உன்னக் கண்டது நல்லது. கீக்குடி போவணும் கேட்டியா. நம்ம திருக்கிக் கௌவி கடையில பழைய பற்று ஒண்ணு உண்டு. தீக்கணும்.

“ஓவ்...போலாய்ன்டே உச்சைக்கு சோறு தின்னீட்டு போலாய்ன்.”

சட்டெனக் கிழவிகடையில் வியர்க்க விறுவிறுக்க விளையாடிவிட்டுக் குடிக்கும் பானைத் தண்ணி ஞாபகத்துக்கு வந்து தொண்டை ஒருமுறை ஏறி இறங்கியது.

பெர்லினின் யமஹாவில் வடக்குத் தெருவில் திரும்பி, அட்டைகுளம், கொடுங்குளம், கொல்லகுளம் தாண்டி கீக்குடிக்குப் போகும் வரையில் என்னால் அந்த இடங்களை அடையாளம் காண முடியவில்லை.

“என்னல உளிஞ்சு பாக்கிய ? திரிச்சு அறிய முடியலையா. ஏலாவைக் கண்டியா. பண்டு செளியோட வரப்பில நடந்தில்லியா வரணும். கொடும்குளம் ராயேந்திரன் அண்ணனுக்க கலியாணத்துக்கு புதிய ரெஸ் இட்டிட்டு சறுக்கி விழுந்து செளியில பூந்தி நம்ம ரூவன் கரைஞ்சது ஓர்மையுண்டா. அந்த ஸ்தலத்துக்க மேலயாக்கும் நம்ம பைக்கு இப்பப் போவுது.”

சுத்தமாக அடையாளம் தெரியவில்லை. கோடை வெயிலில் வியர்த்துக் கொட்டியது. திருக்கிக் கிழவியின்

கடைக்குப் போனதும் பழைய மரபெஞ்சில் அமர்ந்தேன். பெஞ்ச் சின்னதாகியிருந்தது.

கிழவி கண்ணைச் சுருக்கி "ஆரு பிள்ளா" என்றாள்.

"அது இருக்கட்டு, மொதல்ல ஒரு கிளாஸ் வெள்ளம் தா."

கிழவி கேன் வாட்டரைச் சரித்து ஒரு டம்ளரில் நிறைத்து என்னிடம் நீட்டினாள்.

நவ – 2022

சிவசங்கர் எஸ்.ஜே.

ஒரு ஊருல ஒரு பயில்வான்

“தக்கலை சந்தையில சங்காபீஸ் இருந்த கண்டத்தில சர்க்கஸ் நடக்கும் பாத்திருக்கியா”

“இல்ல மக்கா நாங்க அப்ப வேர்கெளம்பிலயாக் கும் தாமசம். ஆனா அறிஞ்சேன்.”

“சர்க்கஸுன்னா... என்ன... ஒரு பட்டி, ரெண்டு ஆடு, ஒரு சொக்கன், ஒரு குதிர இம்புடுதாய்ன். பட்டி பந்து களிக்கது, ஆடு கம்பில நடக்கது, சொக்கன் குட்டிக்கரணம் அடிக்கியது, குதிர ரெண்டு கால்ல நடக்கியதுன்னு ஒவ்வொரு நாளும் நடக்கும். அந்த பிராயத்தில அத பாக்கியது நல்ல ஸோவா இருந்துது.” பால்ய நண்பன் காட்வின் சொல்லிக்கொண் டிருந்தான்.

“ஓர்மை இருக்கா மக்கா கொல்லன்விளையில பத்து நாள் நடந்த சைக்கிள் சவுட்டு. அந்திக்கு ஜான்ரோஸ்சுக்க டேன்ஸ். குறுக்குல டீப்லைட் அடிச்சு ஒடச்சியது. குப்பிசில்லுல படுத்திட்டு நெஞ்சில கல்லு ஒடச்சியது. அப்ப நமக்கும் வேற நேரப்போக்குவ கெடையாது இல்லடே.” நானும் எனக்குத் தெரிந்த பழம்கதைகளை அடுக்கினேன்.

அநேகமாக மல்யுத்தம், மோடி வித்தை, கண்கட்டு வித்தை, கூடார சர்க்கஸ், கழைக்கூத்து, சைக்கிள் சவுட்டு இதையெல்லாம் பார்த்த கடைசித் தலைமுறை நாங்களாகத்தான் இருக்கும்.

“நான் மணக்காவிள சந்தையில மல்யுத்தம் பாத்திருக்கேய்ன் கேட்டியா. ரெண்டு அடிமுற

ஆசான்மாரு மேலு பூரா எண்ணெய் தேச்சிட்டு ஜட்டி இட்டிட்டு மல்யுத்தம். குறுக்குத் தரையில பட்டா அவுட்டு. நல்ல விளுமனுவ செந்தூக்காத் தூக்கி மறிச்சி போட்டிருவானுவ. அம்போ பைசா டிக்கட்டாக்கும். அதுதான் கடைசி அதுக்கப் பெறவு மல்யுத்தம் ஒரு ஊருலயும் நடந்த மாரி இல்ல."

"ஜம்போ சர்க்கஸும் ஜெமினி சர்க்கஸும் கலக்கலாக்கும். நாருவல் அநாதை மடத்தில போடுவானுவ. ஆனை, சிங்கம், கரடி, புலியெல்லாம் உண்டும். ஆனா கூடுதல் ரூவாயாக்கும். பெரிய பணக்காரன்மாருதான் போவ முடியும்."

"நாங்க சித்திரங்கோட்ல இருக்கச்சில பக்கத்தில சர்ச்சுல கதாப்பிரசங்கம் போடுவினும் கேட்டியா. ஒரு பஸ் கண்டக்டரு அவராக்கும் கதாப்பிரசங்கம் நடத்தியது. கூடுவலும் தேவசகாயம் பிள்ளைக்க கதைதாய்ன்."

"கார்மல் ஸ்கூல்ல இட்ட யோபு நாடகம் கண்டியா நீ" நண்பன் இடைமறித்தான்.

"ஓவ்... பள்ளிலேண்டு விளிச்சிட்டு போச்சினும். மூணு மேடை. பெறக்க ஒரு மேடை. நாடகம் இன்னும் எனக்க கண்ணுக்குள்ளே நிக்குது. பெறக்க மேடையில சாத்தான் வரும்ப எல்லாம் தீ எரியும். மூணு ஸ்டேஜிலையும் மாத்தி மாத்தி கதை நடக்கும். அந்த ஒளி ஒலி சர்வீஸ்காரனுவ தூள் பறத்திட்டானுவ."

"ஆட்டம் பாட்டம், கானமேளா எல்லாம் இப்போ கொஞ்ச வரியத்துக்கு மின்னே வந்தது இல்லியா மக்கா."

"பண்டு கிராமங்களில் இந்த நாடோடிக் கூட்டம், அறுவடைக் காலத்திலே மாசக்கணக்கில் சுத்தி வரும். ஊருக்கு ஒதுக்குப்புறமாட்டோ அல்லது ஊர் பொது எடத்திலயோ வித்தையளை நடத்திட்டு அவியளப் போலவே பாவப்பட்ட ஆளுவளுக்க தெருவுவள்ல அவியளோடு நல்லாப் பழவிட்டுப் போறது சீலம்." அதுவரை அமைதியாய்க் கேட்டுக்கொண்டிருந்த தாஸண்ணன் உரையாடலை இறுதி செய்யும் விதமாய் உரையாற்றும் தொனியில் முடித்தான்.

"ஒண்ணு வித்தை அல்லது தன்னை வருத்திக்கிற கலை. இத விட்டு சும்மா யாரும் காசு கேட்கமாட்டாங்க. எதையாவது செய்துகாட்டி மட்டும்தான் அவங்க இரந்துண்ணுவாங்க. ஒரு வித்தையும் தெரியாத்தவன் ஒடம்பில் சாட்டையடிச்சிட்டோ ஒடம்புல எதையவாது கொண்டு காயப்படுத்திக்கிட்டோ பிச்சையெடுப்பான். அவங்களுக்குத் தெரிஞ்ச அறம் அதுதான்."

○○○

இரவு நெடுநேரம் உறக்கம் வரவில்லை. நாடோடிக் கலைஞர் களைப் பற்றி எங்கெங்கோ வாசித்தவை நினைவுக்கு வந்தன. ஜிப்ஸிகளைப் பற்றிய புஷ்கினின் ஒரு கவிதை மாஸ்கோ ராதுகா பதிப்பகப் புத்தகத்தில் வாசித்தது நினைவுக்கு வந்தது. பூம் பூம் மாடு, கிளி ஜோசியம், கைரேகை ஜோசியம், ஏடெடுத்து நூலிடச் சொல்லிக் குறிசொல்லும் குறிகாரர்கள், குற்றாலக் குறிகாரர்கள், குடுகுடுப்பைக்காரர்கள், பாம்பே பனானா மிட்டாய்க்காரர், பலூன், வெள்ளை பஞ்சு மிட்டாய், தேங்காய் மிட்டாய், அவல், பொரிக் கிழவிகள், அம்மிகொத்தும் ஆட்கள் கூட மறைந்துவிட்டார்கள். எல்லோரும் கனவில் முகத்தின் அருகில் வந்து வந்து சிரித்து விலகிப் போனார்கள். ராப்பாடிகள், தலைப்பிள்ளைகளைக் கொன்று மையெடுக்கும் மந்திரவாதிகள், பிள்ளைபிடிக்காரர்கள் எவரையும் பார்க்காமலே பயந்து அவர்களது கதைகளைக் கேட்டு அரண்டு இரவில் வெளியே வர அஞ்சிய காலங்கள் அவை. அக்காலங்களின் இரவுகள் கதைகளின் பொழுதுகள். அன்றியும் இரவுகள் இரவுகளாக இருந்த காலம். சற்றுநேரத்தில் காலத்துக்குள் ஊடுருவி நான் போய்க்கொண்டிருந்தேன்.

○○○

மண் உண்டியலில் அஞ்சு பைசா பத்துப் பைசாவாக அண்ணனும் அக்காவும் நானுமாய் சேகரித்த காசுகள் மொத்தம் இருபத்திரண்டு ரூபாய் முப்பத்தஞ்சி காசுகள் தேறியது. உண்டியலை உடைத்து முருகவிலாஸ் ஓமப்பொடி, தாஜ் ஹோமில் ஆமை பன், முதலை பன், சாந்தி பேக்கரியில் மில்க் ப்ரெட், அமுல் சாக்லேட், எம்.எஸ். தீன் கடையில் பச்சை நிற பாரி சாக்லட் எல்லாம் வாங்கித் தின்று தீவாளி கொண்டாடி முடித்த போது இரண்டு ரூபாய் இருபத்தஞ்சு காசுகள் எஞ்சியது. பானை உடைச்சான் அண்ணன் வந்தால் அவனிடம் அம்பது பைசாவுக்கு சிகரெட் அட்டைகள் வாங்க வேண்டும். எப்படியும் ஒரு பை நிறையப் பொறுக்கி வைத்திருப்பான். சிலநேரம் ஸ்டேட் பாங்கில் தண்ணி கோரித் தரும் பாலம்மா அக்காவும் சிகரெட் அட்டைகள் எடுத்து வருவாள். அன்று மாலை எங்கள் கேசவன்பிள்ளை காம்பவுண்டின் கடைசி வீட்டு ரமேஷ் மூச்சிரைக்க ஓடிவந்தான்.

டேய் பழைய பஸ் ஸ்டாண்டில பயில்வான் அம்பாஸ்டர் காரை இழுத்து நிப்பாட்டப் போறானாம். வாரியளா. போவமா ?

தக்கலையில் பயில்வான் ஒருவர் வந்திருப்பதாக நோட்டீஸ்கள் விநியோகித்துக்கொண்டிருந்தார்கள். நான் அதை மறந்திருந்தேன். அண்ணன் தலைமையில் வீட்டுக்குத் தெரியாமல் நானும்

அக்காவும் தயாராகிவிட்டோம். எனக்கு ஒரு சந்தேகம். காசு எதுவும் கேட்பார்களோ? அப்படியெதுவும் உண்டென்றால் அண்ணனும் ரமேஷும் பார்த்துக்கொள்வார்கள். ஒருவழியாக மூத்தவர்களின் கண்களில் மண்ணைத் தூவிவிட்டு நால்வரும் ஒரே ஓட்டமாய் முடுக்கில் ஓடி, ஜெலஸ்டின் அண்ணன் வீட்டைத் தாண்டி, கட்டையன் கண்ணன் வீடு, கர்த்தா அண்ணாச்சி வீடு, சிறீதரன் வக்கீல் வீடு தாண்டி புது பஸ்டாண்ட் சந்திரன் அண்ணன் கடையில் அடுக்கி வைத்திருந்த மைசூர்பாகை ஓரக்கண்ணால் பார்த்துவிட்டு, டவுன் ஹோட்டல், எஸ்.எம்.என். சதாசிவன் ஜவுளிக்கடையை வாய் பார்த்துவிட்டு, கச்சேரிவிளை கடந்ததும் கூட்டம் கண்ணில் பட்டது. தக்கலை போலிஸ் ஸ்டேஷன் அருகில் கோர்ட்டுக்குப் போகும் குறுக்கு வழியின் முன் ஒரு கருப்பு நிற அம்பாஸ்டர் கார் நின்றுகொண்டிருந்தது. அதன் முன்புற பம்பரில் பெரிய வடம் கட்டப்பட்டிருந்தது. சிலர் கூட்டத்தை ஒழுங்குபடுத்திக் கொண்டிருந்தனர். ஓரிரு போலீசாரும் வேடிக்கை பார்க்கும் ஆவலில் நின்றுகொண்டிருந்தனர். யாரையோ எதிர்பார்க்கும் பாவனையில் பேலஸ் ரோடு தொடங்கும் இடம் வரை இருபுறமும் வழிவிட்டுக் கூட்டத்தை ஒழுங்குபடுத்தியிருந்தனர். நாங்கள் பி. டபிள்யூ அலுவலகத்தின் உள்ளே சற்று மேடான இடம் பார்த்து நின்றுகொண்டோம். அரை மணிநேரம் கடந்திருக்கும் “பயில்வான் வர்றார் பயில்வான் வர்றார் என்ற கூச்சலும் கூட்டத்தில் சலசலப்பும் ஏற்பட்டது. முதன்முதலில் அந்த மாமிச மலையைப் பார்த்தேன். எப்படியும் இருநூறு கிலோவுக்கு மேல் இருப்பார். நல்ல வெள்ளை நிறம். கைகள் ஏதோ சிறகுகள்போலத் தோன்றின. கூட்டத்தை விலக்கி விட்டு ஸ்டேன்லி லாட்ஜ் மாடிப்படிகளில் அவர் இறங்கி வந்தார். அவரை அழைத்து வருவதற்குத் தன்னார்வத்தோடு இருவர் முன்வந்தனர். உடலுக்குப் பொருத்தமில்லாத அவரது சின்னக் கண்களைக் கவனித்தேன். கூட்டத்தினர் எல்லோரையும் விட அவர் உயரமாக இருந்ததால் நன்றாகப் பார்க்க முடிந்தது.

கூட்டத்தின் நடுவில் உருவாகியிருந்த வெற்றிடத்தின் மத்தியில் அவர் நின்றார். கைகால்களை நீட்டி மடக்கி ஒரு சில உடல் பயிற்சிகளைச் செய்தார். இருகைகளையும் பலம் கூட்டித் தசைத் திரட்சியைக் கூட்டத்தினருக்குக் காட்டினார். பார்க்க ஒரு யானையைப்போல் இருந்தார். கூட்டம் கைத்தட்டி விசிலடித்துப் பாராட்டியது. நன்றி நவிலும் விதமாய் தலையைக் குனிந்தும் குனியாமல் ஒரு உடல்மொழியை வெளிப்படுத்திவிட்டுப் பிறகு உடன் வந்த இரண்டு பேரைப் பார்த்தார். அவர்கள் ஓடிச்சென்று திரும்பி வருகையில் புகாரி அண்ணன் கடையில் தொங்கவிட்டிருக்கும் மாட்டுக் காலைப் போல் இருந்த கர்லாக்

கட்டையை ஆளுக்கொரு கைப்பிடித்து கொண்டுவந்து அவரிடம் கொடுத்தனர். பயில்வான் கூட்டத்தை ஒருமுறை பார்த்தார். சட்டெனக் கர்லா கட்டையை எடுத்துக் சுழற்றத் தொடங்கினார். கூட்டம் ஆரவாரித்தது. என்னை மறந்து நானும் கைதட்டினேன்.

“தாயிளிக்க ஒடம்ப பாத்தியா ஒரு நாளைக்கு அம்பது முட்டயும் ஒரு அண்டா சோறும் தின்னுவானாம்” என் அருகில் நின்றிருந்த பாட்டா அவர் அருகிலிருந்தவரிடம் சொன்னார்.

“அவன் வடநாட்டுக்காரன் ஓய்! அவன் சோறு திங்க மாட்டான். சப்பாத்தி பூரிதான் திம்பான்.” அருகிலிருந்தவர் சொன்னார்.

“ஓவ்... என்ன தின்னாலும் ஒரு மட்டுக்கு தின்னுவாண்டே” தாத்தா விட்டுக் கொடுக்காமல் பேசினார்.

இப்போது பயில்வான் சிலபல அப்பியாசங்களை முடித்துவிட்டு காரின் அருகில் வந்து அதை சோதிப்பது போல் சுற்றி வந்தார். காரின் முன்பக்கம் வந்து சில அடிகள் தள்ளி காருக்கு முதுகு காட்டித் திரும்பி நின்றார். அது அனுமான் டிரைவரின் மார்க் *II* அம்பாஸ்டர். ட்ரைவிங் சீட்டில் அவர்தான் உட்கார்ந்திருந்தார். அதற்குள் பயில்வானின் அறிவிக்கப்படாத உதவியாளர்கள் பம்பரில் கட்டியிருந்த கயிற்றை பயில்வானின் கைகளில் பவ்வியமாய்த் தந்தனர். கூட்டம் அமைதியானது. பயில்வான் ஆழமாக மூச்சை இழுத்துவிட்டார். தலை தூக்கி வானத்தைப் பார்த்து வணங்கிவிட்டு வடத்தைக் கையிலெடுத்தார். கூட்டம் ஆர்ப்பரித்தது. பயில்வான் தலைமுடியில் வடத்தின் பிரிகளைக் கட்டினார் பிறகு முழு பலத்தையும் திரட்டி அசைத்து இழுத்தார். கார் முதலில் லேசாக நகர்ந்தது.

“ஓய் அனுமானே ப்ரேக்கிலேண்டு காலை எடும் ஓய்” கூட்டத்தில் யாரோ கத்தினார்.

எலியாசர் கோயில்வரை இழுத்துச் சென்றுவிட்டுப் பிறகு பழைய இடத்துக்குத் திரும்பியது. தலைமுடியால் ஒரு காரை இழுத்துக் காட்டிய பயில்வான் அடுத்த வித்தைக்குத் தயாரானார். இடைப்பட்ட ஓய்வில் அவருக்குப் பழங்கள் கொடுக்கப்பட்டன. யானை போன்று கையை நீட்டி அவற்றைப் பெற்றுக்கொண்டார்.

அடுத்த வித்தைக்கான இடைவெளியில் பயில்வானின் முகச் சாடையில் ஒரு சிறுவன் கூட்டத்தில் தட்டை ஏந்திக் காசு வசூலித்துக் கொண்டிருந்தான். அரைமணிநேரம் கழிந்தும் காரின் முன்பக்கம் கட்டியிருந்த வடத்தைக் கழற்றிப் பின்புறப் பம்பரில் கட்டினார்கள் உதவியாளர்கள். அண்ணன் விளக்கினான்.

"இனி வண்டியை ஸ்டார்ட் பண்ணுவானுவ பயில்வான் கயற பிடிச்சு வைப்பான் வண்டி போவாது."

வடத்தை பயில்வான் கையில் சுற்றி, இழுத்து இழுத்து ஒத்திகை பார்த்துக்கொண்டார். எல்லாம் சரி என்றானதும் உதவியாளர்களைப் பார்த்தார். அவர்கள் டிரைவரிடம் வண்டியைக் கிளப்புவதற்குச் சைகை செய்தனர். நாங்கள் எல்லோரும் பார்த்துக்கொண்டே இருக்க அந்த அம்பாஸ்டர் காரால் நகர முடியவில்லை. ஆக்சிலேட்டரை அழுத்த அழுத்த சைலன்சரில் புகை வருகிறதே ஒழிய ஒரு அங்குலம் நகரவில்லை.

"பயில்வானுக்கே ஜே"

எவனோ குரல் கொடுத்தான். மொத்தக் கூட்டமும் கத்தியது. நானும் கத்தினேன். நாங்கள் நால்வரும்.

○○○

ரமேஷ் அடுத்த நாள் காலையில் முந்தைய நாள் போலவே மூச்சிரைக்க ஓடிவந்தான். "டேய் பயில்வான் ஞாயிற்றுக் கெழம வரத்தான் இருப்பானாம். ஸ்டேன்லி லாட்ஜில போய் நேர்ல பாக்கலாமாம். ஒரு ஆளுக்கு அம்பது பைசா. எப்புடி?"

ஒரு ஆளுக்கு அம்பது பைசாவென்றால் நாலு பேருக்கு இரண்டு ரூபாய், நான் மனத்துக்குள் கணக்குப் போட்டேன். உண்டியல் காசு மிச்சம் இருக்கும். இல்லையென்றாலும் அப்பாவிடம் பள்ளியில் எதற்கோ கேட்டார்கள் என்றால் கொடுத்துவிடுவார். இதற்கெனத் தனியே போனால் திட்டு விழும். பள்ளி முடிந்து வரும்வழியில் பார்த்துவிடலாம். எல்லோருமாய் கூட்டுச் சதியாலோசனை நடத்தி ஏகமனதாய் முடிவுக்கு வந்தோம்.

மாலைவரை எனக்குப் பொறுக்கவில்லை. பள்ளி பெல் அடித்ததும் முதல் ஆளாய் வெளியே ஓடி வந்து இவர்கள் வரக் காத்து நின்றேன். பழைய பஸ்டாண்ட் நெருங்கும்போது நெஞ்சு வேகமாய்த் துடித்தது. அங்கிருக்கும் வழக்கம் தெரியாததால் அவரவர் காசை அவரவரிடம் கொடுத்துவிட்டிருந்தான் அண்ணன். ஸ்டேன்லி லாட்ஜ். அண்ணன் முதலில் படியேற அக்காவும் நானும் ரமேஷும் பின்தொடர்ந்தோம். நான் காசிருந்த சட்டைப் பையை ஒரு கையால் பிடித்துக்கொண்டே நடந்தேன்.

சின்ன அறை. ஒற்றைக் கட்டில். அதன்மீது பயில்வான் நிறைந்து அமர்ந்திருந்தார். வெற்றுடம்பு. ஓரத்தில் அவரது மனைவி, பயில்வானுக்கு நேர் எதிர் ஒல்லியாகக் குச்சிபோல தலையில் சிவப்பு நிற முட்டாக்குடன் இரண்டு குழந்தைகள். நேற்று தட்டை யேந்திக் காசு வசூல் செய்த என் வயதையொத்த சிறுவன் கூடவே

சிறுமி. எல்லோரும் நின்றுகொண்டிருந்தார்கள். பயில்வான் எங்களைக் கட்டிலுக்கு எதிரில் போட்டிருந்த பெஞ்சில் அமரச் சொன்னார். அண்ணன் தனக்குத் தெரிந்த ஆங்கிலம், இந்திப் படங்களின் மூலம் அறிந்த அச்சா, கியா, போலோ வார்த்தைகளை வைத்து அவர்களின் பூர்விகம் ராஜஸ்தான் என்று கண்டு பிடித்தான். நான் அறையின் ஓரத்தில் இருந்த இரும்பு செருப்பைத் தூக்கினால் யாரேனும் திட்டுவார்களா எனப் பார்த்துக் கொண்டிருந்தேன். பத்து நிமிடங்கள் போயிருக்கும் ரமேஷ் இயல்பாகச் செருப்பைத் தூக்கலாமா என்று சைகையில் கேட்டான். அவன் ஒருவனால் தூக்க முடியவில்லை.

“லேய் நூறு கிலோ இருக்கும் பாத்துக்கோ. இத போட்டிட்டாக்கும் அம்பாஸ்டர் காரைப் பிடிச்சு நிறுத்தினது.”

அந்தப் பக்கம் மூலையில் சார்த்தி வைக்கப்பட்டிருந்த கர்லாக் கட்டையை அண்ணனும் அக்காவும் நோண்டிக் கொண்டிருந்தார்கள். பயில்வானின் குழந்தைகளின் மனைவியின் முகங்களில் எதுவென அறியாத ஒரு மென்சோகம். நாங்கள் கிளம்பும் வரை அவர்கள் புன்னகைக்கவோ சிரிக்கவோ இல்லை. கட்டிலில் உட்கார்ந்திருந்த பயில்வான் கேள்விகளை எதிர்நோக்கி எங்கள் முகங்களை ஏறிட்டார். நான் என் பங்கிற்கு என்ன சாப்பிடுவீர்கள் என்று பாதி தமிழிலும் பாதி சைகையிலும் கேட்டேன். கேட்டிருக்கக் கூடாது. அவரது கண்கள் என்னை ஊடுருவதுபோல் பார்த்தது. அவர் பார்வை ஒரு நொடி என் நெஞ்சை உலுக்கியது. பிறகு “பைசே” “கானா” என்று ஏதோ சொன்னார். எங்களுக்கு விளங்கவில்லை. பிள்ளைகளும் மனைவியும் தலை குனிந்தபடி நின்றிருந்தார்கள்.

எங்கள் நேரம் முடிந்து நாங்கள் கிளம்புவதற்கு முன் அண்ணன் மறக்காமல் அம்பது பைசாவை பயில்வானிடம் கொடுத்தான். அவன் வழியைப் பின்பற்றி எல்லோரும். நான் கடைசி. என் சின்னஞ்சிறு குட்டிக்கைகளிலிருந்து அம்பது பைசாவை முறம் அளவுக்கிருந்த பயில்வானின் கைகளில் வைக்க நெருங்கினேன்.

அவர் இப்போதும் கையை நீட்டினார். ஆனை துதிக்கையை நீட்டுவதுபோல்: ரோஸ் கலர் ஆனை.

நவ – 2022

பிள்ளைத்தடம்

ஒரு மலையை எப்படி வரையறை செய்வது அல்லது ஒரு மலையை ஏன் வரையறை செய்ய வேண்டும்? மலையேற்றம் என்பது என்ன? ஒரு மலை என்ன கற்றுத் தருகிறது? சிறிய குன்றோ பெரும் பனிமலையோ அதன் உச்சி சொல்லித்தரும் பாடம் என்ன? மலையிலிருந்து இந்த மனிதர்கள் என்ன பெற்றுக்கொள்கிறார்கள்? எந்த சலனமுமின்றிப் பெரும் இருப்பாய், பிரமாண்டமாய் தன்னை இருத்திக் கொள்ளும் மலை பேரமைதியின் பரு வடிவமா? நிலத்தின் பருக்களாய்த் தோன்றும் மலைகள், குன்றுகள் எல்லாம் தியானத்தின் திட வடிவமா? ஒவ்வொருவருக்கும் ஒரு மலை என்ன தரும்?

எவருக்கு எது தேவையோ எதைத் தேடுகிறார்களோ மலைகள் அதைத் தரும்

மனோஜ் நைட் ஷியாமளனின் "வில்லேஜ்" படம் டிவிடியில் ஓடிக்கொண்டிருந்தது. நோக்கியா 1100 ஒலித்தது. அழைத்தது ஜவஹர். நான் ரிமோட்டில் பாஸை அழுத்திவிட்டு அட்டென்ட் செய்தேன்.

"தலைவரே நாளைக்கு ஃப்ரீயா"

"ஃப்ரீதான் தலைவரே சொல்லுங்க."

"இல்ல ஒரு ஸ்டோரி பண்ண சென்னையிலே யிருந்து மீடியா நண்பர்கள் சிலர் வராங்க. கூடப் போகணும். எனக்கு முக்கியமான வெட்டிங் ஷூட் இருக்கு. நீங்க அட்ஜஸ்ட் பண்ண முடியுமா?"

"என்ன ஸ்டோரி. என்ன கேட்டகிரி"

“த்ரில்லர் மாதிரி ஏதோ சொன்னாங்க நைட் ப்ரைம் ஸ்லாட். தலைவரே.”

“ஏதாவது ஐடியாவோட வராங்களா.”

“இல்ல. ஆனா ஃபஸ்ட் டே மருத்துவா மலைக்கு அழைச்சிட்டுப் போலாம்ணு நெனைக்கிறேன். சித்தர்கள் பற்றி ஒரு ஸ்டோரி சரியா இருக்கும். இது என்னோட சஜஷன். நீங்க வேற ஏதாவது ஐடியா இருந்தாலும் அவங்ககிட்ட சொல்லுங்க. வர்ற லீட் நம்ம பிரெண்டோட ஃபியான்ஸீ. பேரு அனு.”

“ஒகே...”

“உங்க நம்பர் குடுக்கிறேன் தலைவரே.”

“ரைட்.”

○○○

ஒரு கேமராமேன், உதவியாளர், டிரைவர், லோக்கல் நிருபர் அப்புறம் அனு என ஐவர். ஜிபிஆர்எஸ் பொருத்தப்பட்ட இனோவா கார் என்னை ஏற்றிக்கொண்டபோது காலை மணி ஒன்பது. பரஸ்பர அறிமுகம் முடிந்து பார்வதிபுரத்தில் ஒரு சாயா குடித்ததும் எல்லோரும் இயல்பாகிவிட்டோம். நான் சொன்ன ஒருநூறாம் வயல் காணிப் பழங்குடி ஸ்டோரி ஒன்றும் ஜவஹர் சொன்ன மருந்துவாழ் மலை ஸ்டோரியும் இருக்க இரண்டில் மருந்துவாழ் மலை தேர்வானது. வண்டி கிளம்பியதும் மருந்துவாழ்மலையின் சிறப்புகள், தொன்மங்கள், ராமாயணத்தில் சஞ்சீவிமலையை அனுமான் தூக்கிக்கொண்டு வந்தபோது மலையின் ஒரு துண்டு கீழே வீழ்ந்து மருந்துவாழ் மலை ஆன தொன்மக் கதை; நாராயணகுரு, சட்டம்பி சாமிகள், மகராசன் வேதமாணிக்கம், அய்யா வைகுண்டர் அவர்களுக்கும் இந்த மலைக்குமான தொடர்பை ஒருவருக்கென இல்லாமல் பொதுவாகப் பேசிக்கொண்டு வந்தேன். பெருநகர மீடியாக்காரர் களுக்கே உரிய அலட்சியம், மேம்போக்கு அவர்களில் சிலரின் முகபாவங்களில் தெரிந்தது. நான் கொஞ்சம் அமைதியாகிக் கொண்டேன்.

○○○

அடிவாரத்தில் பெட்டிக் கடையும் டீக்கடையும் பின்பக்கம் வீடுமாக அமைந்த கடையின் பெஞ்சில் நானும் கேமரா அசிஸ்டண்ட்டும் ஒரு டீ, சிகரெட்டுக்காக அமர்ந்தோம். நல்ல மாம்பழ வாசனை மூக்கைத் துளைத்தது. பெட்டிக்கடை அண்ணாச்சியிடம் அறிமுகமாகிப் பேச்சுக் கொடுத்தேன். வெளியூர் டிவி ஆட்கள் என்று நினைத்து விலகி இருந்தவர் நான்

உள்ளூர் என அறிந்ததும் இயல்பானார். மாம்பழங்கள் வீட்டுப் பின்புறம் சாணி பூசிய கூடத்தில் பரத்தி வைத்திருந்ததைக் காண்பித்தார். அடிவாரத்தில் விளையில் நாலு மரங்கள் உள்ளதைச் சொன்னார். "நல்ல நாட்டு மாவு" என்று சேர்த்துக்கொண்டார். மலையைப் பற்றிக் கேட்டதும் ஒரு சுற்றுலா வழிகாட்டியைப்போல் பிரவாகமாய்க் கொட்டினார்.

"அது ஒரு ஆயிரம் அடிக்கு மேல இருக்கும். மொட்டைக்கு போணும்னாக்கி ஒரு மணிக்கூர் ஆவும்." ஆயிரத்து எண்ணூறு அடி என்று படித்த நினைவு. உச்சியைத்தான் மொட்டை என்றார் அண்ணாச்சி.

"எவ்ளோ நேரம் ஆகும் அண்ணா" கேமரா அசிஸ்டண்ட் முரளி கேட்டான்.

"மேலமாறி போயிட்டு மாறி கீழ வரணும்னாக்கி எப்படியும் ஒரு மூணு மணிக்கூர் ஆவும்."

ஸ்தல புராணங்கள் ஏதாவது அண்ணாச்சியிடம் கிட்டுமா என வாயைக் கிளறினேன். அண்ணாச்சியின் இரு மகன்கள் மாம்பழத்தை ஆட்டையைப் போடுவதில் குறியாய் இருந்தார்கள்.

"இலங்கையில ராமனுக்கும், ராவணனுக்கும் இடையில போர் நடந்துகிட்டிருக்க சமயத்தில, கனமா ஆளுவ செத்துப்போயிருந்தாவ. லட்சுமணனை எதுத்து சண்டை போட்ட அசும்பன் செத்துப்போறான். இதப் பாத்திட்டு ராவணனுக்க மொவன் இந்திரஜித் பிரம்மபாணத்தை ஏவுதான். லட்சுமணனும் அவனுக்க படையளும் மயக்கம் போட்டிருதாவ. ராமன் என்ன செய்யன்னு யோசிக்குதாரு. அப்ப விபீஷணன் சஞ்சீவி மலையில் சல்லிய கரணி, சந்தன கரணி, சஞ்சீவி கரணி, சமய கரணின்னு நாலு பச்சிலை இருக்குவு. இதில ஒண்ணு காயத்தை ஆத்தும், இன்னொண்ணு வெட்டுப்பட்ட அறுபட்ட உறுப்பைப் பொருத்தும், மத்தவொண்ணு பெருமூச்சை மாத்தும், ஒண்ணு உயிர் குடுக்கும். ஆனா அந்த மருந்து இருக்குத இடத்தில விஷ்ணு சக்கரமாக்கும் காவலுக்கு இருக்கு. யாராலையும் இந்த பச்சிலையள பறிக்க முடியாது. அனுமானால மட்டும்தான் முடியும்னு சொல்லுதான். அனுமன் சஞ்சீவி மலையை நோக்கிப் போவுதாரு. பச்சிலைகளுக்கப் பேரு மறந்துபோவுது. மலையை அப்படியே அடியோட பேத்துக்கொண்டு வாராரு. பச்சிலைக்க மணம் அடிச்சவுடனே எல்லாரும் முளிச்சுருதாவ. மலையை எடுத்த எடத்திலேயே வைக்கச் சுட்டி அனுமன் தூக்கிட்டுப் போறாரு. அப்ப ஒரு துண்டு கீழ வுழுவு. அதுதான் இந்த மலை"

"மேல ஏறிப் போலாமா அண்ணா. பாதை இருக்கா அண்ணா ஒன்னும் ப்ரெஷ்ன இல்லியே." முரளி கேட்டான்.

“திருவிதாங்கூர் மன்னர் காலத்தில மலை ஏறிப் போவ படிகள் செஞ்சிருக்குவு. கொஞ்சம் பாடுதான் ஆனா சின்னப் பிள்ளையோ மொதக்கொண்டு போலாம். எனக்க பயக்கள வுட்டா நாலு மட்டம் ஏறி எறங்குவானுவ.”

“டேய் உங்க பேர் என்னடா” அனு அண்ணாச்சியின் மகன்களிடம் நட்பானார்.

“கோபாலகிருஷ்ணன்.”

“நீ?”

“தங்ககிருஷ்ணன்”

“நல்ல பேரு.”

“வரீங்களாடா எங்க கூட துணைக்கு” என அனு கேட்டதும் இருவரும் உடனே தலையாட்டினார்கள். நான் அனுமதிக்காக அண்ணாச்சியின் முகத்தைப் பார்த்தேன். அவர் சிரித்துக் கொண்டே ஆமோதித்தார். மேய்ப்பர்களை ஆட்டுக்குட்டிகள் வழிநடத்தின.

“அகஸ்திய முனிவரு இங்கதான் தவம் செய்திருக்காரு. போற வழியில் நெறைய சுனைகளும் உண்டும். உச்சியில ஆகாச கங்கை. மாறி பாலாத்து ஓடை, கன்னிமார் சுனை, தேவேந்திரன் சுனைன்னு நெறைய உண்டும். நான் மொட்டைக்கு ஏறி நெரம்ப நாள் ஆவுது பாத்துகிடுங்க. மேல போற வழில ஆசாரி மண்டபம், அடுத்து அகஸ்தியருக்க சீடர் பரமார்த்தலிங்க முனிவருக்க சமாதி கோயில். கோயிலுக்கு கொஞ்ச மேலே ஆலும் நாவலும் இணைந்த ஒரு மரமாக நிக்குத இடத்தில் திருமூலர் நினைவுக் குகை, அதுக்கு மேலே ஆனந்தகிரி ஆஸ்ரமம், கிழக்குப் பக்கம் தியான மண்டபமும், பொறவு விராலிக்குகை, பாலாத்து ஓடை அப்படியே போனா உச்சி பிள்ளைத்தடம்.”

அண்ணாச்சி நாங்கள் கிளம்புவதற்கு முன் முழு வரை படத்தை வாயாலேயே வரைந்து காட்டினார்.

ஒன்றாம் மடம் அருகே வந்தபோது நீண்ட தாடியுடன் சித்தர் ஒருவர் பாறையின் மீது ஆசனங்கள் செய்துகொண்டிருந்தார். நானும் கேமராமேனும் வேடிக்கை பார்த்தோம். வயிற்றருகே இரு கைகளையும் கொண்டுவந்து தரையில் ஊன்றி உடலின் இரு பாகத்தையும் சமமாக நிறுத்திக் கிட்டத்தட்ட ஒரு பறவையைப் போல் நின்றார்.

“இது மயில் ஆசனம். சமஸ்கிருதத்துல மயூராசனம்பாங்க.”

சாமியார் என்பதால் தயங்கித் தயங்கிப் பேசினோம். ஆனால் அவர் வெகு இயல்பாக வீடியோ எடுப்பதற்காக மீண்டும் ஒருமுறை ஒருசில ஆசனங்களை நிகழ்த்திக் காட்டினார்.

அருகில் சிறு குகையில் முதிர்ந்து குகை உயரமே இருக்கும் கூன் விழுந்த சித்தரை கேமராமேன் குமரனும் அனுவும் படம் பிடித்துக்கொண்டிருந்தனர். டிரைவரும் நிருபரும் காருக்குப் பாதுகாப்பாக அடிவாரத்தில் இருந்துகொண்டார்கள். லைட்டிங்க்காக முரளியும் குகையில் நிற்க நான் ஆசனச் சித்தரிடம் பேசிக்கொண்டிருந்தேன்.

“இங்க நாகமாணிக்கம் இருக்கிறதா முன்னாடி ஒரு கதை சொல்லுவாவளே.”

“இல்ல அது தாடக மலை. பூதப்பாண்டில இருக்கு. இங்க மருத்துவாமலைல செம்பைத் தங்கமாக்க ஓரிலைத் தாமரை பச்சிலை கெடைக்கும்னு நெறைய பேர் வந்து வாழ்க்கையைத் தொலைச்சதா சொல்லுவாவோ.”

“நாகமாணிக்கம் தங்கமாக்குற பச்சில இதெல்லாம் உண்மையா சாமி?”

“ஓரிலைத் தாமரையின் வேரை ஒரு கையளவு வெட்டி, அதில பழுக்கக் காய்ச்சிய குண்டூசியை ஒரு ஜாமம் செருகி வச்சு எடுத்தா அது செப்பு ஊசியாக மாறும். செம்பைத் தங்கமாக்கணும்னா முப்பூ. இந்தப் பச்சிலை சாற்றைப் பிழிஞ்சு அரைச்சு அத அந்த செம்பு மேல பூசி, அதுக்கு மேல மண் சீலை அப்பி, ஒரு ஜாமம் வரட்டி புடத்தில் வச்சு எடுத்தா பத்தரை மாத்துப் பொன் கிடைக்கும். பொன்முசுட்டை, பொன்னின்னாவாரை, பொன்னூமத்தை, சிறியாநங்கை, பெரியாள், கருப்புக் கோடாலி, சிவப்புக் கொடிவேலி, இது மாரி நெறைய பச்சிலைங்க. கூத்தன் குதம்பைச் சாற்றில் ஒன்பது முறை உருக்கி ஊற்றினால் செம்பு தங்கமாகும் அப்படிம்பாங்க. எல்லாம் ரசவாதம். ஆனா எல்லாருக்கும் வித்தை அருளப்படாது. எவனொருவன் சிறு துளியும் சுயநலன் இல்லாமல் பேராசை இல்லாமல் இருக்கிறானோ அவனுக்கே சித்து வாய்க்கும்.”

சாமி பெருமூச்சுவிட்டார்.

“மேல ரெண்டாம் மடத்தில வலதுபக்க ஆசிரமத்தில ஒரு சாமி இருக்காரு அவருகிட்ட கேளுங்க, நெறைய காரியங்கள் சொல்லுவாரு.” பேச்சை முடித்துக்கொண்டார்.

என்னோடு மாறி மாறி நடந்த அனுவுக்கும் குமரனுக்கும் மூச்சு வாங்கியது. அனு வாட்டர் பாட்டிலை அவ்வப்போது வாயில் சரித்துக்கொண்டே வந்தார். எனக்கு ஏனோ தாகமோ வெயிலோ தெரியவில்லை.

இரண்டாம் மடம் சாமி பைட்டுக்கு ஒத்துக்கொண்டார். குமரன் கேமராவை செட் பண்ணும் இடைவெளியில் அனு

மூலிகைகள் பற்றிக் கேட்க சாமி நிறுத்தி நிதானமாகச் சொல்லக் கேட்டுக்கொண்டிருந்தோம்...

"இந்த மலை வளராது. ஏன்னு தெரியுமா. இது தலைகுத்தி விழுந்த மலை. அடி மண்ணு மேல இருக்கனால அபூர்வமான சக்தி உண்டு. இந்த மலையில மிருக சஞ்சீவி, பிரணவ சஞ்சீவி, அமிர்த சஞ்சீவி, ஜீவசஞ்சீவின்னு அபூர்வ மூலிகைப் பச்சிலைகள் உண்டும். ஒரு விசேஷம் என்னென்னாக்கா இந்த மூலிகைகளை பறிச்சு மலையில வச்சு சாப்பிட்டா கசக்காது. மலைக்கு வெளிய போய் சாப்பிட்டா கசக்கும். அதாக்கும் இந்த மலைக்க செறப்பு."

"ஏதாவது புராணக் கதை இருக்கா சாமி" என் பங்குக்கு நானும் கேட்டேன்.

"இருக்கே... இங்கதான் தேவேந்திரனே சாப விமோசனம் அடைஞ்சான் தெரியுமா. அகலிகை கதை தெரியுமில்லியா. கௌதம முனிவர் சாபம் குடுத்திட்டாரு. அவரு காலில விழுந்து எப்படியாவது சாபத்தைப் போக்க கேக்காரு இந்திரன். மும்மூர்த்தி களும் முனிவர்களும் ஒண்ணா இருக்கும்போது அவங்களை வணங்கினால் சாபம் நீங்கும்காரு கௌதமர். இந்திரன் இந்த மலைக்கு வந்து தவம்செய்து, அப்புறமா சுசீந்திரத்திலுள்ள தாணுமாலயப்பெருமாளை வணங்கி சாபம் நீங்கி விமோசனம் அடைஞ்சாருன்னாக்கும் கதை."

சாமியின் பைட் முடிந்து மேலே ஏறினோம். சின்ன வகை கேமராவும் பேட்டரி லைட்டும் ஆனதால் சிரமமில்லாமல் நடந்தார் குமரன்.

○○○

வழியெங்கும் படிகள் இல்லாத தடங்களில் பாறைகளும் காட்டுப் புற்களுமாய்ப் பாதை விரிந்தது. ஒவ்வொரு அடிக்கும் ஒற்றையடிப் பாதைகள் இடப்புறமும் வலப்புறமும் பிரிந்தன. இடையிடையே பெரிய மரங்களும் தலைக்கு மேல் மட்டும் வானமும் வெளிச்சமுமாய் ஏற்றம் தொடர்ந்தது.

மூன்றாம் மடத்தில் யாரும் தென்படவில்லை. வழியில் சற்று விலகி உள்ளே இரட்டையடிப் பாதையில் சிறுநீர் கழிக்க ஒதுங்கினேன். உள்ளூர் அண்ணன்கள் இருவர் நெற்றியில் அய்யாவழி நாமத்தோடு உட்கார்ந்து கட்டுச்சோறு சாப்பிட்டுக்கொண்டே பேசிக்கொண்டிருந்தனர்.

"அங்க சாமித்தோப்புல அய்யா இருக்குதாருன்னா நெனைக்க. இல்ல கூட்டாளி. அய்யா இங்கணத்தான் இருக்குதாரு."

ரோஸ் கலர் ஆணை

"வேணுமின்னா பாரு இன்னும் ஒரு பத்து வருஷத்தில மாறி மேல ஒரு அனுமார் கோயில் வச்சு இந்த மலைக்க வரலாற மொத்தமா மாத்திப்புடுவானுவ."

அவர்கள் பேசிக்கொண்டிருந்தார்கள். என்னைக் கண்டதும் பேச்சை நிறுத்தினார்கள்.

"அண்ணாச்சி இந்த இலங்கை சாமி எங்க இருக்காரு?" கீழே பெட்டிக்கடை அண்ணாச்சி சொன்ன சாமியைக் கேட்டேன்.

"அவரா கொஞ்சம் மேலநீக்கி போனா எடது பக்கம் ஒரு வழி போவும் கிட்ட ஒரு சொனை இருக்கும். அதுதான் லேவ. அங்க பாருங்க என்னா."

"தேங்க்ஸ் அண்ணாச்சி."

எனக்குப் பத்தடி முன் அனுவும் முரளியும் நடந்துகொண்டிருந்தார்கள். அதற்கு முன் வெகு தூரத்தில் இரண்டு சிறுவர்களும். அவர் சொன்ன சுனை அடையாளம் வந்ததும் இடது பக்கம் திரும்பினேன். நோக்கியா தொடர்பு எல்லைக்கு வெளியில் இருந்தது. குமரன் பின்னே ஏறி வந்துகொண்டிருந்தார்.

○○○

மேலே செல்லும் பாதையில் பெரிய கூழாங்கற்கள் மழை நீரில் அடித்துவரப்பட்டதுபோல் தடம் புரண்டு கிடந்தன. அவை நீர்ப்பாதைகள். அடுத்த தேரியில் மூச்சுவாங்கி அமர்ந்து விட்டேன். தாகம் வேறு. அருகாமைச் சுனையில் தணுத்தும் பாறைச்சுவையோடும் நெடுநாளைக்குப் பிறகு இயற்கையான குடிநீர். குற்றாலம் அருவிகளின் மூலிகைத் தண்ணீரின் அதே சுவை.

அகஸ்தியலிங்கம் என துறவுப் பெயர் கொண்ட சாமியோடுதான் இலங்கை சாமி அந்த ஆசிரமத்தைப் பகிர்ந்துகொண்டிருந்தார்.

"நான் பழய பி.ஏ. ஹிஸ்டரி." தொடக்கமே அதிர்வோடிருந்தது சாமியின் அறிமுகம்.

"இந்த மலைக்கு நான் வந்து இருபது வருஷம் ஆச்சு. மருத்துவா மலை கொஞ்சம் யோசிச்சுப் பாருங்க. ஔடத தானம்னா என்னன்னு தெரியுமா? மருந்து கொடுக்கறது. இது சமண பௌத்தர்களோட வழக்கம். அதனால்தான் மருத்துவாமலை. மதுரையை சுத்தி உள்ள எண்பெரும் குன்றங்களுக்கும் இந்த மலைக்கும் ஒரு ஒற்றுமை உண்டு. அங்கேயும் நெறைய குகைகள் உண்டு. சமண, பௌத்த முனிகள் வாழ்ந்த குகைகள். இங்கயும் குகைகள் இருக்கு. இப்பவும் சித்தர்கள் வாழறாங்க. அப்புறம்

இன்னொரு முக்கியமான விஷயம் கார்த்திகை மாசத்தில மலை உச்சில தீபம் கொளுத்துவாங்க. இதுவும் பௌத்த வழக்கம். அப்போ நிறைய முனிகள் நோன்பிருந்து இங்கேயே ஜீவ சமாதி ஆயிருக்குறாங்க. அவங்களோட ஜீவ ஆற்றல் இந்த மலை முழுக்க நிரம்பி இருக்குது. அதனால்தான் நான் இங்கியே இருந்திட்டேன். இவரும் எங்கூட சேர்ந்துகிட்டாரு." இலங்கை சாமியாரைக் கைகாட்டினார்

"இலங்கையில இருந்து அகதியா வந்தன். கொஞ்ச நாள் மண்டபம் முகாம்ல இருந்தேன். அப்புறமா வேலைக்குன்னு வெளிய இறங்கி கன்னியாகுமரி வந்தன். ஊருல சண்டைல என் கண்ணு முன்னால நிறைய பேர் ஷெல்லு வெடிச்சு செத்ததப் பாத்த அதிர்ச்சி எனக்குப் போகேல. கன்னியாகுமரில ஒரு சாமியாரு என்னை இஞ்ச கூட்டிக்கிட்டு வந்தார். நமக்கு முன்னமே ஆன்மிகத்தில ஈடுபாடுகள் உண்டு. செத்துப் போனவங்கள அனுமான் உயிர்ப்பிச்ச மலையில்லையா, அதுதான் தியானம் பண்ணிக்கொண்டு இருக்கிறன். எங்கட மக்கள் மீள உயிரோட வருவினம்னு ஒரு நம்பிக்க."

இலங்கை சாமி நிதானமும் அழுத்தமும் கூடிய குரலில் உணர்ச்சிவசப்படா முகபாவத்தோடு சொன்னார். நடந்து முடிந்த போரழிவுகள் அவர் அறிந்திருப்பாரா? அதுவரை உற்சாகமாக இருந்த குமரனுக்கும் எனக்கும் கொஞ்சம் சோகமாகிவிட்டது.

இறந்தவர்களை உயிர்ப்பிக்கும் மலையோ மருந்தோ ஒன்று இருந்தால் அது எப்படியிருக்கும்? இன்றிருக்கும் மனநிலையில் அந்த மருந்துக்காகவே பல உயிர்கள் கொல்லப்படும். இரும்பைத் தங்கமாக்குவது, மரணத்தை வெல்வது எக்காலத்திலும் தீராத மானுட ஏக்கங்கள்தான்போல.

"மேல அது என்ன பிள்ளைத்தடம் சாமி?"

"நாராயணகுருவும் சட்டம்பி சாமிகளும் தியானம் பண்ணின குகை ஒண்ணு உச்சில இருக்கு. அதில ஒரு குறிப்பிட்ட இடத்தில மணல் பரப்பி கண்மூடிப் பிரார்த்திக்கணும். ஒங்க வேண்டுதல் நிறைவேறும்னாக்கா மயில்தடம் தெரியும் இல்லேன்னாக்கா பாம்புத் தடம் வரும்."

"தர்கோவ்ஸ்கியோட ஸ்டால்கர் படம் ஞாபகத்துக்கு வருதுண்ணா." முரளி சொன்னான்.

"ஆமா இதுவும் ஒரு ஸோன்தான்." நான் சிரித்தேன்.

"ஆசீர்வாதம் பண்ணுங்க சாமி" இலங்கை சாமி தலையில் கைவைத்தார்.அகஸ்தியலிங்கம் சாமியிடம் "ஜெய்பீம் சாமி"

என்றான் முரளி. முறைத்தார். நானும் அவனை முறைத்தேன். கிண்டல் செய்யவில்லையென்று தலையை ஆட்டினான். விடைபெற்றோம்.

மொட்டை உச்சி. வெய்யில் தெரியவில்லை. பாதையில் குகைகள் போலும் சிறு வழி ஆங்காங்கே. எங்கள் முன்னே அண்ணாச்சி மகன்கள் மான்குட்டிகள் போலத் துள்ளி நடந்தனர். ஒரு ஆள் நுழைய முடியாத சிறு பாறை இடுக்கு. உள்ளே பத்துப் பேர் அமர்வதுபோல் ஒரு விஸ்தாரமான இடம். அதன் கிழக்கு மூலையைக் காட்டிச் சொன்னான் மூத்தவன்.

"இதுதான் பிள்ளத்தடம். கண்ண மூடி நில்லுங்க."

அனு கண்மூடி ஏதோ தியானித்தார். தங்ககிருஷ்ணனும் கோபாலகிருஷ்ணனும் அருகே எங்கள் பார்வையை மறைத்தபடி சுற்றி நின்றிருந்தனர்.

சற்று நேரம் பொறுத்து அனு குதித்துக்கொண்டே சத்தமாய் கத்தினார்.

"தோழர் மயில்தடம் வந்திருச்சி தோழர். ஐ அம் ஸோ ஹேப்பி தோழர். டே தேங்க்ஸ்டா" கிருஷ்ணன்களைக் கட்டிக்கொண்டார் அனு.

ooo

ஒரு மலையை எப்படி வரையறை செய்வது அல்லது ஒரு மலையை ஏன் வரையறை செய்ய வேண்டும்? மலையேற்றம் என்பது என்ன? ஒரு மலை என்ன கற்றுத் தருகிறது? சிறிய குன்றோ பெரும் பனிமலையோ அதன் உச்சி சொல்லித்தரும் பாடம் என்ன? மலையிலிருந்து இந்த மனிதர்கள் என்ன பெற்றுக்கொள்கிறார்கள்? எந்த சலனமுமின்றிப் பெரும் இருப்பாய், பிரமாண்டமாய் தன்னை இருத்திக் கொள்ளும் மலை பேரமைதியின் பரு வடிவமா? நிலத்தின் பருக்களாய்த் தோன்றும் மலைகள், குன்றுகள் எல்லாம் தியானத்தின் திட வடிவமா? ஒவ்வொருவருக்கும் ஒரு மலை என்ன தரும்?

எவருக்கு எது தேவையோ எதைத் தேடுகிறார்களோ மலைகள் அதைத் தரும்.

ooo

டிச – 2022

சிவசங்கர் எஸ்.ஜே.

கள் போலே பாலும் உண்டு

பள்ளி மைதானம் என் வீட்டுக் கிழக்கு வழி பார்த்தால் தெரியும். இடையில் ஒரு விளை. நல்ல பெரிய வெள்ளரி மாங்காய் மரம் ஒன்று அதில் உண்டு. அதிகாலையில் மைதானத்தில் உரக்கக் கெட்டவார்த்தை கேட்கிறதென்றால் குடிகாரப் பால் வந்திருக்கிறான் என்று அர்த்தம். பாலின் முழுப் பெயர் ஜெயப்பால். வயது முப்பத்திரெண்டு முப்பத்தி ஐந்துக்குள் இருக்கும்.

அந்த வயதில் குடிகாரர்களைக் கண்டாலே பயம். பால் பெயரைக் கேட்டாலே பயம்.

"லே தள்ளைக்கறுக்காம போலே" என்று பெருசுகள் யாராவது சொல்லிவிட்டால் பாலின் தள்ளைக்கு விளியின் அடர்த்தி கூடும். சொன்ன பெருசுக்கு முதல் அறுப்பு. கெட்ட வார்த்தைகள்தான் அவனது வெளிப்பாடு.

சாராயக் கடையும் கள்ளுக் கடையும் அரசு அனுமதியோடு இயங்கிக்கொண்டிருந்த எண்பது களின் மத்திய காலம். இந்தப் பக்கம் வாழவிளை முக்குக்குப் போகும் வழியில் வலது பக்கம் ஜான்சனின் சாய்ப்பில் கள்ளு கடை. அந்தப் பக்கம் சந்தைக்குப் போகும் வழியில் சரோஜினி அக்காவின் விளையில் சாராயக் கடை. இந்தப் பத்தாவது வயதில் நான் அந்தக் கடைகளுக்குப் போயிருக்கிறேன். அவிச்ச தாறாவு முட்டை, முக்குக் கர்லை, நத்தை இறைச்சி, அவிச்ச பயறு, மரச்சீனிக் கிழங்கு மயக்கினதும்,

தாளிச்சதும், ரசவடைகள் இந்தக் கடைகளில் பிரபலம். அம்மாவுக்குச் சொம்பில் கள்ளு வாங்கி வந்திருக்கிறேன். சாராயம் வாங்கியதில்லை. ஆனால் இரண்டு நாட்களுக்கு ஒருமுறை ஏதாவது தீனி வாங்கப் போய்வருவேன்.

என்ன இருந்தாலும் குடியர்கள் குறைவாக இருந்த காலம். ஒளிந்து ஒளிந்து கடைக்குள் நுழைபவர்களே பலரும். வீட்டுக்கு அடங்காதவர்களைத் தவிர குடிப்பவர்கள் பெரும்பாலும் முப்பதைத் தாண்டியவர்கள். முழுநேரக் குடியர்களை மொத்த சமூகமும் விலக்கிவைத்திருந்தது. ஆச்சர்யம் என்னவென்றால் குடிகாரப் பாலை ஒருநாளும் அந்தக் கடைகளில் நான் கண்டதில்லை.

குடிகாரப் பாலின் தரிசனம் மாதத்துக்கு ஒரு தடவை அல்லது இரண்டு மாதத்துக்கு ஒரு தடவை நிகழும். அன்று சுற்றுமுற்றும் உள்ள வீடுகளின் பெண்களுக்கு நன்றாகப் பொழுது போகும். எங்களைப் போன்ற ஆர்வக்கோளாறு சிறுவர்களுக்குப் புதிய கெட்ட வார்த்தை அறிமுகமாகும். பால் யாரோ ஒரு கண்ணுக்குத் தெரியாத எதிரியை நோக்கி வசைகளை உதிர்ப்பான் உரத்த குரலில். கேட்கும் எல்லோருக்கும் தன்னையே ஏசுவது போலிருக்கும். வசைகள் மூலம்தான் அவனது வாழ்வின் துயரை, வலியைக் கடந்து செல்லப் பயின்றிருந்தான். பசு நாக்கால் நக்கித் தன் பாசத்தை வெளிப்படுத்துவதுபோல் தெறிகளால் தன்னை வெளிக்காட்டிக்கொண்டிருந்தான். பால் தனக்கான ஈட்டானாக ஏனோ பள்ளி மைதானத்தையே தேர்ந்தெடுத்திருந்தான். ஆர். சி. மடத்துப் பள்ளிக்கூட மைதானம் அது. பள்ளிக்கு வெளியே சாலைக்கு அந்தப் புறம் அமைந்திருந்தது. முதலில் பெரிய இரும்பு கேட் போடப்பட்டுப் பாதுகாப்பாகயிருந்தது. நாளடைவில் கேட் துருப்பிடித்து, இத்து யார் வேண்டுமானாலும் நுழையும் இடமாக மாறியது. நாங்கள் சைக்கிள் ஓட்டக் கற்றுக்கொண்டது, தள்ளும் பிள்ளும் விளையாடுவது, அவ்வப்போது இரவு கூடிப் பாயசம், கிழங்கு அவித்துத் தின்பது எல்லாம் அந்த மைதானத்தில்தான்.

குடிகாரப் பால் என்றைக்கெல்லாம் எழுந்தருள்கிறானோ அன்று மற்றவர்கள் அங்கு வர முடியாது. பால் யார், எங்கிருந்து வருகிறான், எங்கே போகிறான், அவனுக்குக் கல்யாணம் ஆகிவிட்டதா, என்ன வேலை, எதுவும் தெரியாது. பட்டாளத்துக் காரன் மகன் ஜெஸ்டின்தான் குடிகாரப் பாலின் முழுப்பெயர் ஜெயப்பால் என்றும் சொசைட்டிப் பாலடிக்கும் டேவிட்டின் தம்பி என்றும் சொன்னான்.

குழந்தைகளையும், சிறுவர்களையும் பயமுறுத்தும் ஒரு பூச்சாண்டியாக பால் உருமாறிக்கொண்டிருந்த நாட்களில் எனக்கு ஓர் அபூர்வமான சம்பவம் நடந்தது. எப்போதும் சாராயமும் கெட்டவார்த்தையுமாகத் தென்படும் பாலை, இரண்டும் இல்லாமல் ஒரு நாள் எதிர்கொண்டேன். மைதானத்திலிருந்து இருபது தப்படி. அன்று சந்தைக்கு அருகில் சேமக்கண்ணு கடையில் ஏதோ மளிகை சாமான் வாங்கச் சென்றுகொண்டிருந்தேன். எதிரில் சாட்சாத் குடிகாரப் பால். எனக்கு பயத்தில் வயிற்றைக் கலக்கியது. திரும்ப ஓடிவிடலாம் என்றால் பால் என்னையே பார்த்துக்கொண்டு வருகிறான். வேறு எங்கோ பார்வை ஓட்டிக்கொண்டு கடந்துபோக நடையின் வேகம் கூட்டியபோது அந்தக் குரல்.

“பிள்ளா நீ ஆருக்க மொவய்ன் ?”

உரத்துக் கடுகடுப்பாய், கோவமாய் மட்டுமே கேட்ட குரல் கனிந்து அந்தக் கண்களில்கூட இதமான முறுவல் தெரிந்தது. நான் பதில் சொன்னேன். ஆமோதிப்பாய்த் தலையசைத்து விட்டு பாலண்ணன் சென்றுவிட்டார்.

அதன்பிறகு மூன்று நான்கு முறை நான் அவரைப் பார்த்தேன். அதே சுற்றுவட்டாரங்களில். அப்போதும் கெட்ட வார்த்தைகள்தான். வழக்கமான மைதான கெட்டவார்த்தை கதாப்பிரசங்கங்களும் நடந்தேறின. பாலண்ணன் நல்லவர். வசவுகளாலே சிரிப்புமூட்டும் கிரேஸ் கிழவி, கோவமாகவே அன்பை வெளிப்படுத்தும் ரோஸ்லி அக்கா, எதுவும் பேசாமல் கேட் காமல் உச்சிமோர்ந்தே நேசம் தரும் ரோணிக்கம் அத்தை இவர்களை எல்லாம்போல் இவருக்குக் கெட்ட வார்த்தை. அவர் தன் வழமையான சீலங்களைத் தொடர்ந்து கொண்டிருந்த போது, நான் சைக்கிள் ஓட்டத் தேறியிருந்தேன்.

கிடைக்கும் கைக்காசு எல்லாமே வாடகை சைக்கிள் எடுப்பதில் செலவானது. லூக்காஸ் கடையில் முழு வண்டிகளும் லோட் வண்டிகளும் மட்டும். சிறுவர்களுக்குத் தரமாட்டார். அலிக்கண் கடை தூரம். சந்தைக்குள் ராஜ் அண்ணன் கடையில் புதிதாய்கால் வண்டி, அரை வண்டி, முக்கா வண்டி வாடகைக்கு விட்டார்கள். அவருக்கு என்னைப் பரிச்சயம் உண்டு. பெரிதாய் கேள்விகள் இருக்காது. ஆனாலும் கணக்கு நோட்டில் முகவரியும் வாடகைக்கு எடுக்கும் நேரமும் எழுதிவைக்க வேண்டும். சில கடைகளில் எடுக்கும்போது வண்டியின் கண்டிஷன் பார்த்து பெல், கேரியர் எல்லாம் குறிப்பெழுதி வைப்பார்கள். அம்மாவின் பெயரைச் சொன்னால் பெரும்பாலும் தெரிந்திருக்கும். ஒரு மணிக்கூர்

வாடகை காவண்டிக்கு ஐம்பது பைசா, அரை வண்டிக்கு எழுபத்தஞ்சு பைசா, முக்கா வண்டிக்கு ஒரு ரூவா. வண்டியைத் திருப்பிக் கொடுக்கும்போது கடுமையாகச் சோதிப்பார்கள். டயரில் தொடங்கி மட் கார்ட், ப்ரீ வீல்–ஏன் கம்பி எண்ணிக்கை வரை பார்ப்பவர்களும் உண்டு.

கைவிட்டு ஓட்டுவது, துள்ளி ஏறுவது, எல்லாம் கற்றுக் கொண்டாகிவிட்டது. வெறும் டயர் உருட்டிக்கொண்டு சென்ற அந்த மண் சாலையில் சைக்கிளில் அதுவும் சீட்டின் மேல மர்ந்து செல்வது பெருமிதமாக இருக்கும். யானை மேல் அம்பாரி போகும் மகாராஜாவைப் போல் உணரும் தருணம். ஏதோ பெரிய மனுஷனான தோரணை. வழியில் போகும் தெரிந்தவர்களுக்கெல்லாம் ஒரு கையால் ஹேண்டிலைப் பிடித்துக்கொண்டு அவர்களில் யாரும் கண்டுகொள்ளாமல் இருந்தாலும் ஒரு கையால் வணக்கம் வைப்பது. கனவில்கூட சைக்கிள் ஓட்டுவதும் காலுக்குப் பதில் இறக்கை முளைத்ததாகவும் உணரும் பொழுதுகள்.

குடிகாரப் பாலண்ணனையும் இரண்டுமுறை சைக்கிளில் போகும்போதுதான் பார்த்தேன். இரண்டு முறையும் சிரித்தார். ஆனாலும் வணக்கம் வைக்கப் பயமாயிருந்தது. பிறகு நீண்ட நாட்கள் அவரைக் காண முடியவில்லை.

○○○

இதனிடையே நீச்சல் கற்றுக்கொள்ள ஆரம்பித்தாகிவிட்டது. சானலில் இரட்டைக் கரைக் கடவு நீச்சல் கற்றுக்கொள்ளத் தோதான இடம் ஆபத்தானதும்கூட. அதுவொரு வளைவு. கெடையில மோளி சிங்கு அண்ணன்தான் நீந்தப் படிக்க கொஞ்சம் உதவி செய்தது. இந்தக் கரையிலிருந்து அந்தக் கரைக்கு வேகமாகப் பாய்ந்து அந்த வேகத்தில் எதிர்க் கரையைப் பிடித்துக் கொஞ்சம் கொஞ்சமாக நீச்சல் பழகிவிட்டது. ஆனாலும் மழைக் காலங்களிலும், அணையில் தண்ணி திறந்துவிடும் காலங்களிலும் சானலில் தனியே இறங்குவதற்குப் பயம்.

இடுப்பில் துண்டோடு தலைநிறைய எண்ணெயோடு தொட்டு விளையாடிக்கொண்டிருந்த மழை நாளொன்றில் ஆற்றின் கரையில் ஒருவர் தலையில் சும்மாடுடன் வெற்று உடம்பாகப் பீடி வலித்தபடி எச்சரிக்கைபோல் ஏதோ கத்திக் கொண்டே வந்தார். அருகில் வந்தபோது “மொள”, “மொள” என்றது குரல். அது பாலண்ணன். தண்ணீரில் இருந்தபடி கையசைத்தேன். என்னை இந்த வேஷத்தில் அவருக்கு அடையாளம் தெரிந்திருக்காது. கூட குளித்துக்கொண்டிருந்த அண்ணன்கள் எல்லோரும் கரையேறியும் கரை ஒதுங்கியும்

நிற்பதைப் பார்த்துக் களித்துக்கொண்டிருந்த நாங்களும் அப்படியே ஒதுங்கி நின்றோம். சானலில் மூங்கில் கட்டு ஒன்று மிதந்து வந்தது. அதன் இரு பக்கமும் அடிப்பகுதியில் இணைத்து வாழைத்தண்டு கட்டப்பட்டிருந்தது. பாதி முங்கியும் மிதந்தும் வந்த மூங்கில் கட்டின் பக்கவாட்டுக் கரையில் அதற்குத் துணையாக பாலண்ணன். கையில் நீண்ட மூங்கில் தோட்டை. இடுப்புச் சாரத்தில் ஆக்கொத்தி. ஆடுகளை வழிநடத்தும் மேய்ப்பரைப்போல். முகத்தில் ஒரு தேஜஸ். ஏனோ பாலண்ணன் அன்று இயேசுவைப்போல் இருந்தார், ரசித்துப் பார்த்தேன். குளித்து முடித்து வீட்டுக்கு வரும் வழியில் சிங்கண்ணன் பாலண்ணனைப் பற்றி நாங்கள் அறியாத கதையைச் சொன்னான்.

பால் அண்ணனின் வேலை தடிவெட்டு. சரியாகச் சொன்னால் தேக்குமரக் கடத்தல். அந்த மூங்கில் கட்டுக்கு உள்ளே இருந்தது தேக்குமரக் கட்டைகள். சிறு வயதிலேயே அவர் இதில் இறங்கிவிட்டாராம். கஞ்சிக்குழி மலையிலிருந்து தேக்கு மரத்தை வெட்டி மூங்கிலும் வாழைமரமும் கொண்டு பொதிந்து இரவானதும் பக்கத்தில் வரும் சானலில் தள்ளிவிட்டுக் கூட நடந்து வருவார்களாம். அடையாமடை வந்ததும் சானல் இரண்டாகப் பிரியும். மெல்ல திசை திருப்பிவிடுவார்கள். மடை அடைத்திருந்தால் சிக்கல். அதனால் அடைக்காமல் இருக்கும் மழைக் காலங்களில் இந்த வேலைகள் நடக்கும். பால் அண்ணன் சிறுவயதில் நன்றாகப் படிப்பாராம். நல்ல பேச்சாளராம். கோவில் காரியங்களில் கோவில்பிள்ளைக்கு உதவியாக இருக்கும் பிரதான சீடர் இவர்தானாம். திடீரென்று ஒரு நாள் அவரது நடவடிக்கைகள் மாறத் தொடங்கி, பிறகு அவரது அப்பா இறந்ததிலிருந்து மீளவே முடியாத தூரத்திற்குப் போய்விட்டார். சொசைட்டிப் பால்கார அண்ணன் டேவிட் இவரது சொந்த அண்ணன். அவரது வீட்டுக்குப் பக்கத்திலிருக்கும் இடம் பாலண்ணன் பங்கு இடம். அதில் ரோடிலிருந்து பார்த்தால் தெரியாத ஒரு மாடம் கட்டி அதில்தான் வாசமாம்.

எனக்கு அன்றிரவு முழுக்க பாலண்ணன் பற்றிய யோசனைகள். அவரைக் கதாநாயகனாக மனத்தில் வகுத்துக் கொண்டேன். பரிதாபமும் தோன்றி என் அப்பாவைப் பற்றிய நினைவுகளில் வந்து தேங்கி, நானும் ஏதோவொரு ஆற்றங்கரையில் பீடி வலித்தபடி மரம் கடத்துவதையும், ஏதோவொரு மைதானத்தில் முழுப் போதையில் கண்ணுக்குத் தெரியாத எதிரியையோ கடவுளையோ உலகத்தின் அத்தனை கெட்ட வார்த்தைகளையும் கொண்டு உரக்கக் கத்தி இறைத்தபடி . . . தூங்கிப் போனேன். தொடர்ந்த நாட்களில் பாலண்ணனைக் காண முடியவில்லை. ஸ்டைலாக அவர் சானல் கரையோரம்

நடந்து வந்த காட்சி திரும்பத் திரும்பக் கண்ணுக்குள் வந்து போனது.

○○○

மூத்தவனை மட்டுக் கட்டுவது யாராலும் இயலாது. என்னைவிட மூணு வயது மூப்பம். ஆனால் கையிருப்புகள் அத்தனை மோசம். பீடி, சாராயம், வீட்டில் களவு. அடித்து வளர்க்க வீட்டில் யாரும் இல்லை. கையை மீறிப் போய்க்கொண்டிருந்தான். அம்மாவுக்கு மரக்கட்டில் ஒன்று செய்ய ஆசை. சொசைட்டிப் பால் டேவிட் அண்ணன் வழியாக நன்கு விளைந்த மூன்று தேக்கம் தடிகள் வீட்டுப் பின்புறம் வந்துசேர்ந்தன. நான் பள்ளி விட்டு வரும்போது அம்மாவின் அழுகைச் சத்தமும் அக்காவின் முறைவிளியும் கலந்து கேட்டது. அண்ணன்தான் வீட்டில் பணம் கேட்டு மிரட்டித் தேக்கந்தடிகளை எங்கோ விற்பதற்கு உருட்டிக்கொண்டிருந்தான். அம்மா கதறிக்கொண்டிருந்தாள் "லே போலீசுல மாட்டிருவல, சொன்னாக் கேளுல." "எனக்க வேலையும் போயிரும்ல." "கஞ்சி குடிய அலைச்சிராதலே". அவன் கேட்கவேயில்லை. விஷயம் அறிந்து டேவிட் அண்ணனும் அவரது கூட்டுக்காரர்களும் வந்து அண்ணனை இடது கையால் பறத்தித் தள்ளிவிட்டுத் தடிகளை எடுத்துச் சென்றனர். கொடுத்த முன்பணம் நட்டம். அம்மாவின் கட்டில் ஆசை அப்படியாக கோரப்பாயில் அமுங்கியது.

ஆனால் எனக்கு விளங்கவில்லை. தேக்கு மரம் வெட்டி எடுத்து வந்தால் எதற்கு போலீஸ் பிடிக்கிறது. எதிர்வீட்டு ஆபிரஹாம் வீட்டின் கொல்லையிலிருந்த புளியையும் மாவையும் வெட்டி, விறகுக்கும் பலகைக்கும் எடுத்தார்கள். போலீஸ் வரவில்லை. மணக்காவிளை முக்கில் விறகுக் கடை இருக்கிறது. அங்கு நிறைய மரத்தடிகளைப் பார்த்திருக்கிறேன். வேர்கிளம்பி போகும் வழியில் முண்டவிளை ஏற்றத்தில் தடியறுக்கும் மர அறுவை நிலையத்தையும் பார்த்திருக்கிறேன். ஒரு பெரிய விளை முழுக்கத் தடிகளை அடுக்கி வைத்திருப்பார்கள். எப்பவும் வாள் அறுக்கும் சத்தமும் மரப்பொடி வாசனையும் அங்கு நிறைந்திருக்கும். அது என்ன தேக்கு மரத்துக்குத் தனிச் சிறப்பு? போலிஸ் பிடிக்கும் அளவுக்கு அது ஒரு குற்றமா? கொலை செய்தால் களவாடினால் போலிஸ் பிடிப்பது சரி. இதை என்னால் மனசிலாக்கவே முடியவில்லை.

இந்த மாதிரி சந்தேகங்களைத் தீர்ப்பத்தில் விற்பன்னர் கேசவன் அண்ணன். அவர் விளக்கமாக எல்லாவற்றையும் சொன்னார். வனத்துறை. அதன் அப்போதைய பணிகள். தேக்கு மரம் வனத்துறைக்குச் சொந்தமானது, அதை வீடுகளில் வளர்க்கத்

தடை உண்டு. தேக்கு மரம் கடத்திக் குற்றம் நிரூபணம் ஆனால் உத்தேசமாக மூன்றாண்டுச் சிறைத் தண்டனை. வனத்துறையின் செக்போஸ்ட்களைத் தாண்டி உள்நாட்டில் பிடிபட்டால் போலிஸ் தலையிடும்.

“தடிவெட்டுக்காரானுவ எமன ஒளி சங்கரன ஒளிகளாக்கும். சித்திரங்கோடு செக் போஸ்ட்டை புல்லு போல மறுகடப்பானுவ. மொளையைக் கெட்டிச் சுத்தி வாளமரதண்டுவள கட்டுவினும். கூட ஆரும் அறியாத இருக்கச்சுட்டி கொளையும் கூவக் கிழங்கு எலயும் பொதிஞ்சு சானல்ல தள்ளிவிட்டிருவினும். பாரஸ்ட்டுக்காரன் ரோட்டைப் பாத்து நிக்கும்ப சானல் பாதையில தடி வீடு எத்தியிருக்கும். இதுக்காச்சுட்டி இஞ்ச க்ரைம் வ்ரான்சில போலிஸ் அவுட்போஸ்ட் கேக்கினும். நல்ல சக்கரமில்லியா.”

இப்படி அவர் அறிந்த சட்ட நுட்பம், தகவல், கேட்ட கதைகள் எல்லாவற்றையும் வழக்கமாக நாங்கள் அந்தியில் கூடும் சாமுவேல் கிழவன் குடும்பக் கல்லறைக் குழியில் வைத்துச் சொல்லித் தந்தார். எனக்குக் கொஞ்சம் புரிந்ததுபோல் இருந்தது.

ஊருக்கு ஒரு சாராயக்கடை இருந்தபோதும் தினத்தந்தி, தினமலர் செய்திகளில் கள்ளச் சாராயம் மாநிலம் முழுக்கப் பிடிபடுவது சேசைய்யன் கடையில் ஓசி பேப்பர் படிக்கையில் தெரிந்துகொள்ள முடிந்தது. கடையில் விற்பது “நல்ல” சாராயம் என்கிற படிமமும் பதிந்துபோனது. மதுவிலக்குப் பிரிவு எனத் தனிப்பிரிவுகள் இல்லை, எல்லாம் ஒரே போலீஸ்காரர்கள்தான். குற்றங்கள் எண்ணிக்கை குறைவு. நாங்கள் அறிந்தவரையில் மாவட்டத்தில் வருடத்தில் ஒரு கொலை, எப்போதாவது ஒரு விபத்து, அங்கொன்றும் இங்கொன்றுமாகக் களவு, களவுகூட ஊர்க்காரர்கள் அறிந்த கள்ளனாகத்தான் இருப்பான். திருட்டும் அதிகபட்சம் ஆடு, கோழி இப்படித்தான். பெரும்பாலும் ஓட்டு வீடுகள். இருந்தும் வீடு எத்திச் சாடி உருப்படி மோட்டிப்பது பணம் மோட்டிப்பது அபூர்வம். சொல்லப்போனால் டைனமோ இல்லாத சைக்கிள் பிடிப்பதுதான் போலிஸ்களுக்கு ஸ்திர வருமானம். ‘கொச்சி’ போவாஸ், ‘விளுமன்’ அம்பி போன்ற சிறு திருடர்களால் பெரிய லாபங்கள் இல்லை. ஆக கள்ளச்சாரராய கேஸுக்கு கொஞ்சம் மவுஸ்.

❍❍❍

அன்று பள்ளி விடுமுறை. பெருங்குளத்துக்குக் குளிக்கப் போவதற்கான முஸ்தீபுகளில் நான் இருந்தேன் ‘பட்டாளம்’ மகன் ஜெஸ்டின் தூரத்தில் வந்துகொண்டிருந்தான். அவன் என் சினிமாக் கூட்டாளி.

அருகில் வந்ததும் ஆரம்பித்தான்.

"களிஞ்ச ஞாறாச்ச நாய்ன் நாருவல் தங்கம் தியேட்டர்ல உயிரே உனக்காக படம் கண்டேன் கேட்டியா. நல்ல தூள் பாட்டுவ."

"ஆரு குடுத்ததுடே."

"மோஹய்ன், கூட நதியாளும்."

"இஞ்ச நாங்க எனக்க அண்ணனும் மித்தும் நாள தொடுவட்டி ஆனந்த்ல மாவீரன் படம் பாக்கப் போறோம். பைசா ஒக்க ரெடியாக்கியாச்சு"

"ஒவ்நீ... ங்கெல்லாம் அந்த பறட்டயனுக்க கட்சியில்லியா. பாருங்க... நல்லாப் பாருங்க"

"ஏய்ன் நீ ஆருக்க கட்சி... கழுதகுண்டியானுக்க கட்சியா?"

"இல்லடே விஜயகாந்துக்க கட்சி... ஆனா ராயிந்திரனை யும் பிடிச்சும்மை... திலி என்னை காதிலி பாத்தியா?"

"இன்னும் பாக்கேல. அவனுக்க படத்துவள்ள வசனம் கலக்கலா இருக்கும்."

கரிமேடு கருவாயன், மிஸ்டர் பாரத், விடுதலை, புன்னகை மன்னன் எல்லாப் படங்களையும் அலசி முடித்துவிட்டுக் கிளம்பிப் பின் எதையோ மறந்ததுபோல் திரும்பிவந்து கேட்டான்

"அறிஞ்சியா?"

○○○

அவன் சொல்லித்தான் தெரியும், பால் அண்ணன் ஜெயிலுக்குப் போன விஷயம். "நேருதானா பிள்ளா குடிகாரய்ன் பாலு செயில்லயாக் கெடக்கியான். குடிச்சா வவுத்தில கெடக்கணும் தாயளி எனக்கக் கோழிய கழுத்த ஒடிச்சு கொன்னுபோட்டான் பாத்துக்க. வவுறு ஊக்க அடி கிட்டட்டு." ஜெஸ்டின் உணர்ச்சிவசத்தில் சத்தமாக சொன்னதைக் கேட்ட பாத்திரமங்கலத்தா அக்கா சாபமிட்டபடி கடந்து போனாள்.

பால் அண்ணனுக்குத் தொண்ணூறு நாள் தண்டனை. என்ன விபரம் என்று தெரியவில்லை. ஆனால் தடி கேஸ் இல்லை. சாராயக் கேஸ். மூங்கில் கட்டுக்குள் தேக்கந்தடி மட்டுமல்ல மலை வாற்று சாராயமும் கேனில் வருமாம்.

"தண்ணிக்குள்ள தண்ணி" என்று சிரித்தான் ஜெஸ்டின்.

பால் அண்ணனை சாராயக் கடையில் ஒரு தடவைகூட பார்க்காதது ஞாபகம் வந்தது. "துப்பு சொன்னது ஆருன்னு தெரியுமால" ஜெஸ்டின் கேட்டுவிட்டுச் சின்ன இடைவெளி விட்டான்.

"அவனுக்க அண்ணன் டேவிட்டுதானாம். எதோ சொத்து தகராறாம்டே நம்ம சிங்கண்ணன் சென்னாய்ன்."

அன்று பாலண்ணன் ஜெயிலில் இருந்து திரும்பி வந்து டேவிட்டைக் கொல்லுவது போலவும் மறுபடியும் ஜெயிலுக்குப் போவது போலவும் நினைத்துக்கொண்டேன். ஜெயில் எப்படி இருக்கும். இருப்பதிலேயே பெரிய ஜெயில் பாளையம்கோட்டை ஜெயில்தான். பெரிசு என்றால் நம்ம ஸ்கூல் க்ரவுண்ட் அளவுக்கு இருக்குமா? அப்போ பாலண்ணனுக்குப் பரவாயில்லை. சத்தம் போட்டுத் தள்ளைக்கு அறுக்கலாம்.

மூன்று மாதங்கள் கடந்துபோனது. இதனிடையே அஞ்சு வீட்டு ஜோன்ஸிடம் செஸ் விளையாடக் கற்றுக்கொண்டேன். அவன் வடக்கன்குளத்தில் ஹாஸ்டலில் தங்கிப் படிக்கிறான். மாதம் ஒருமுறை வீட்டுக்கு வருவான். செஸ் விளையாட்டில் தீவிரமாய் இருந்ததில் பாலண்ணனின் ஞாபகம் வரவில்லை.

மார்த்தாண்டம் மாமா வீட்டிலிருந்து உல்லியும் ராணியும் வந்திருந்தார்கள். அன்று அம்மா என்னைக் காலையில் சீக்கிரம் எழுப்பிப் பால் வாங்க அனுப்பினாள். தூக்கக் கலக்கத்தில் நடந்து பால் வாங்கித் திரும்பி வந்துகொண்டிருக்கையில் எதிரில் பால் அண்ணன். மூன்று மாதத் தாடி. விரக்தியாய்ப் புன்னகையோடு என்னைப் பார்த்ததுபோல் இருந்தது. எனக்கு உள்ளுக்குள் ஏதோ ஒன்று உடைந்து கனிவு பீறிட்டு வெடித்தது. ஏதாவது கேக்க வேண்டும். நலம் விசாரிப்புபோல்.

சமூகவயம் ஆகாத மொழி. வாழ்க்கையில் முதன்முறை ஜெயிலுக்குப் போன ஒரு ஆளிடம் நலம் விசாரிக்க வேண்டும். "கொள்ளாமா" என்று கேக்கலாம் என்றால் அவர் திரும்பியிருப்பது ஆஸ்பத்திரியில் இருந்து அல்ல. "இப்போ கொள்ளாமா" என்றால் அது நோய்ப்பட்டுக் குணமானவரைக் கேப்பது. "எப்ப திரும்பினிய" என்று கேக்கலாமென்றால் பயணம் போய்த் திரும்பியவரிடம் கேட்பது. எனக்கு எவ்வளவு யோசித்தும் சரியான வார்த்தை வரவில்லை. அறிந்த வார்த்தைகள்தானே ஒருவரின் உலக அனுபவம். துட்டி கேப்பதுகூட நான் பார்த்திருக்கிறேன். ஆனால் ஜெயிலுக்குப் போய்த் திரும்பியவரிடம் என்ன கேட்பது?

அந்த முப்பது நொடிகளுக்குள் ஒருவாறாகக் கடைசியில் சரியான வார்த்தையைக் கோர்த்திருந்தேன்.

பத்து நொடி அமைதிக்குப் பிறகு வாய் திறந்தேன்.

"அண்ணே ஜெயிலுக்கெல்லாம் போயிட்டு வந்தாச்சா? கொள்ளாமா?"

மீண்டும் ஒரு பத்து வினாடி அமைதி.

"கொம்மைய ஓத்... பாலண்ணனின் முகபாவம் மாறிக் குரல் உயர்ந்தது மட்டுமே அறிந்தேன். பிறகு என் முதுகு முழுக்க அவர் ஜெயிலில் புதிதாய்க் கற்றுக்கொண்ட கெட்ட வார்த்தை களும் சேர்த்துத் துரத்தி வந்தன.

தலைதெறிக்கத் தப்பி எப்படியோ வீடடைந்தேன். அரைச் சொம்பு பால் சிந்தியிருந்தது.

அன்று இரவு பாலண்ணனின் மைதானப் பிரசங்கத்தின் கண்ணுக்குத் தெரியாத எதிரி நானாக இருந்தேன்.

●

ஜூலை – 2022

எரட்டப் பிலாவு

முற்றத்தில் நிற்கும் இரட்டைப் பலாவில் ஒன்று கூழன் ஒன்று செங்க வருக்கை. அப்பா எங்கிருந்தோ வாங்கி வந்து கொளக்கட்டி பரத்தி கீழே ஓடையிலிருந்து தண்ணீர் கோரி ஊற்றி வளத்தெடுத்த தைகள். நன்கு விளைந்த கூழன் சக்கை ஒன்று ஆளுயரம் இருக்கும். சுளை வளர்ந்த ஆளின் கையளவு இருக்கும். செம்பருத்தி வருக்கை சிவப்பாய்த் தேன் சுவையில் தித்திக்கும். கூழன் சக்கையில் கூழனாயிருந்தாலும் பெரியளவு நார் இருக்காது. பூஞ்சியும் அவ்வளவாக இருக்காது. குடும்பமே சுற்றி உட்கார்ந்து தின்னும். ஆளுக்கொரு பெரிய துண்டு. சின்னவனுக்கு மட்டும் சுளைகளைப் பிய்த்துக் கொடுப்பார்கள். எங்கள் ஊரில் இந்த இரட்டைப் பலா சற்றே பிரசித்தம்.

கல்லூரி முதல் வருடம் ஒரு மூன்று மாதம் இருக்கும். கல்லூரி முடிந்து வீட்டுக்கு வந்து இரவு தூங்கப்போகும்போது இடது கண்ணோரம் ஒரு மின்னல். அன்று தூக்கம் பிடிக்கவில்லை. காலையில் எழுந்ததும் வலது கண்ணோரம் ஒரு மின்னல். அன்று மாலை வீட்டுக்கு வந்ததும் அறைக்குள் சென்றுவிட்டேன். அறை என்றால் பெண்மக்கள் எங்கள் நால்வருக்கான அரங்கு. அரங்கின் மூலையில் விளக்கைப் போடாமல் அசைவின்றி அமர்ந்திருந்தேன். நடுவில் உள்ளவன் இடையில் வந்து பார்த்தான். சற்றைக்கெல்லாம் யாரையோ அழைத்து வரும் சத்தம் கேட்டது. எனக்கு நேர் இளைய தங்கை. அம்மா இன்னும் வரவில்லை. இருவரும் ஏதோ

கேட்டார்கள் நான் பதில் சொல்லவில்லை. மூணாவது தம்பியும் ஐந்தாவது தங்கையும் இன்னும் பள்ளியிலிருந்து வரவில்லை. சின்னவனும் கடைசித் தங்கையும் விளையாடி முடித்து வந்துவிட்டார்கள். யாரும் என் அறைப் பக்கம் வரவில்லை. கூடிக் கூடிப் பேசிக்கொண்டார்கள். ஐந்து வருடத்துக்கு முன் அப்பா சண்டை போட்டுப் போனவர் தனியே இருபது மைல் தள்ளி வீடெடுத்து வசிக்கிறார். பிள்ளைகளிடம் விரோதம் ஏதுமில்லை. நாங்கள் விருப்பப்பட்டால் அங்கு போய்வருவோம். குழந்தைகள் நாங்கள் ஏழு பேர். மூன்று ஆண் நான்கு பெண். நான்தான் மூத்தவள். அப்பா ஆசையாய் வைத்த பெயர் ஸ்டாரி.

ooo

உடலெங்கும் ஒரு எரிச்சல். உறுத்தல். உடைகள் என் உடலை எரிக்கத் தொடங்கின. நான் அவற்றை அவிழ்த்துத் தூரமாய் எறிந்தேன். தண்ணீர், தண்ணீர். உடல் எரிந்தது. பின்புறக் கிணற்றடிக்கு ஓடினேன். உடலின் ஜ்வாலைகள் கண்ணுக்குள் எதிரொளித்தன. தண்ணீர், தண்ணீர். வாளி நிரம்பிக் காலியானது. இப்போது தாகம். தண்ணீர், தண்ணீர். மீண்டும் வாளி நிரம்பிக் காலியானது. கிணத்தடியில் அப்படியே உட்கார்ந்தேன். நடு உச்சை. அக்கம்பக்கத்து வீடுகளில் யாரும் இல்லை. என் காதில் அந்தக் குரல் கேட்டுக்கொண்டேயிருந்தது.

"சூடு வேவுதே எரியுவே, பொள்ளுதே, அய்யோ அம்மோவ்."

ooo

மீண்டும் தண்ணீர், தண்ணீர். என்னைச் சுற்றி எல்லாம் புகை போலத் தெரிந்தன. வீட்டுக்குள் ஓடினேன். தங்கைகள் சேலையை எடுத்துக்கொண்டு பதறிப்போய் ஓடிவந்தார்கள். தம்பிகள் தூரமாய் நின்றார்கள். எனக்கு எல்லாம் மங்கலாய்த் தெரிய ஆரம்பித்தன. திடீரென அழுதேன். எதையோ நினைத்துச் சிரித்தேன். என்ன செய்தும் தூக்கம் மட்டும் வரவில்லை. எல்லாம் மங்கலாய். புகை, கண்ணைச் சுற்றியும் என்னைச் சுற்றியும் புகை.

ooo

நான் நிர்வாணமாய் ஓடத் தொடங்கிய காலங்களில் அந்த இரட்டைப் பலா மரத்தடியில்தான் சங்கிலியில் பிணைத் திருந்தார்கள். அந்தச் சங்கிலி ஐந்து வருட நீளமாயிருந்ததைக் கண்ணிமைக்குள் அறிந்தேன்.

அதன்பிறகு நடந்த சம்பவங்கள் எல்லாம் வேறொரு தளத்தில் வேறொரு உலகத்தில் நடந்தவை. மங்கலானவை. வேறொருவர் அறியாதவை. நானே எனக்குச் சாட்சியாய் நின்றவை.

ooo

"கட்டமண்ணாப் போவும்"

கூன் விழுந்த கிழவி ஒருத்தி சாபமிட்டுக்கொண்டிருந்தாள். நான் ஒரு மைதானத்தில் தனியே நின்றிருந்தேன். என்னைச் சுற்றிலும் தவளைகள் தாவிக்கொண்டிருந்தன. ஒன்றல்ல ஒரு நூறு இருக்கும். கிழவி தவளைகளை வாரி வாரித் தின்றாள்.

"மாக்கான் நல்ல ருசிட்டி தின்னுதியா?"

நான் தலையசைத்து மறுக்க யத்தனித்தேன், இயலவில்லை.

"இஞ்ச பாருட்டி கொடலு

இஞ்ச பாருட்டி ஈரலு

நல்ல ருசி தின்னுதியா?"

இப்போது அவள் கைகளில் வேறு ஏதோ மிருகத்தின் மாமிசம். மீண்டும் தலையசைத்தேன். அந்த இடத்திலிருந்து பறந்து போக முயன்றேன். கால்கள் சற்று உயர எழும்பின, நான் பறந்தேன். கொஞ்ச உயரம். பறக்க முடியவில்லை. கைகளை வேக வேகமாக அடித்துக்கொண்டேன். அவ்வளவுதான். கிழவி சிரிக்கும் சத்தம் கேட்டது.

"பாட்டியே சிரிச்சாதிங்க."

நான் கெஞ்சிக்கொண்டேயிருந்தேன். கிழவி வசைகளை ஆரம்பித்தாள். நான் மௌனமானேன்.

என்னைச் சுற்றிச் கயிறுகள் நடனமாடத் தொடங்கின. பல நிறக் கயிறுகள். ஒவ்வொரு கயிறும் என் முகத்தருகே வந்து யாசிப்பதுபோல் ஒரு நொடி நின்று நின்று நடனமாடின. திடீரென அந்தக் கயிறுகளுக்கு முகம் முளைத்தது. கூர்ந்து பார்த்தேன் அது என் முகம். எல்லாக் கயிறும் நானே.

கிழவியைக் காணவில்லை.

நூறு அறைகள் கொண்ட பழைய வீடு. நான் ஒவ்வொரு அறையாய் ஓடுகிறேன். என்னைச் சுற்றிலும் கூந்தல்கள் பறந்துகொண்டிருந்தன. கயிறுகள் போலவே பல வண்ணங்களில் பல வடிவங்களில். என் நிர்வாணத்தைக் கூந்தல்களைக் கொண்டு மறைக்க முனைந்தபோதெல்லாம் ஓர் அசரீரி தடுத்தது.

கிழவி மீண்டும் வந்தாள். சிரித்தாள். இந்தமுறை சத்தமாக இடியோசைபோல். சிரிப்பினூடே கேட்டாள்

"மொட்டச்சி மொட்டச்சி மொளவு அரைப்பமா?"

திரவமும் இல்லாத திடப்பொருளும் இல்லாத நீர்ம வடிவில் அந்த சூடடிக்கும் களத்தில் நான் ஒரு உருண்டையாகக் கிடந்தேன். வெயில் கொதித்துக்கொண்டிருந்தது. நான் நல்ல வெள்ளி நிறத்தில் மினுங்கிக்கொண்டிருந்தேன். சற்றைக்கெல்லாம் எங்கிருந்தோ வந்த ஒரு சிறுமி என்னை உருட்டி விளையாடினாள். களத்தின் நடுவே வந்ததும் திடீரென இரண்டாகப் பிளந்தேன். அவள் விடவில்லை இப்போது அவளுக்கு விளையாட இரண்டு பந்துகள். மறுபடியும் உருட்டினாள். நான் நான்காகப் பிளந்தேன். அந்தி சாயும் நேரத்தில் களம் முழுதும் ஆயிரம் உருண்டைகளாகச் சிதறிக் கிடந்தேன். சிறுமி என்னைக் கைவிட்டுத் தூரமாய் நகர்ந்தாள்.

“பிள்ளா என்னப் பிடிச்சி உருட்டி வச்சிட்டுப் போ.”

நான் கத்திக்கொண்டேயிருந்தேன்.

வெள்ளை நிறக் கட்டடம் பிணமும் நிணமும் கலந்தொரு நாற்றம். மோட்டுவளையைப் பார்த்தபடி என்னைக் கிடத்தி யிருந்தார்கள். நான் அங்கிருந்த நாட்களிலெல்லாம் கூரையைப் பார்த்தபடியே நாட்கள் கழிந்தன. முதலில் மஞ்சள் நிறத்தில் ஒரு பொத்தானைக் கொடுத்தார்கள். கூட அருந்த கொஞ்சம் நீரும். பொத்தான் வயிற்றுக்குள் போனதும் என் கண்கள் மூடிக்கொண்டன. கன்னத்தைத் தட்டி ரத்தக் கறை நிறத்திலொரு பொத்தானைக் கொடுத்தார்கள், அது வயிற்றுக்குள் போவதைக் கண்ணாடிபோல் என்னால் காண முடிந்தது. பொத்தான் வயிற்றுக்குள் போனதும் பேசத் தொடங்கியது. ஆச்சரியமாக அதன் குரல் என் அப்பாவின் குரலை ஒத்திருந்தது.

“குட்டே மக்கா நல்லா ஒறங்கு.”

நான் என்னை அறியாமல் தூங்கிப் போனேன்.

வெள்ளைக் கட்டடம் எனக்கென ஓர் அறையை ஒதுக்கி யிருந்தது, நான்கு பக்கமும் வளைவான அறை. நான் ஒரு வட்டத்துக்குள் இருந்தேன். எனக்கான படுக்கையில் ஆணிகளைப் பரத்தி இருந்தார்கள். அதன்மேல் சில நேரம் தீக்கங்குகளைத் தூவிச் செல்வார்கள் சிப்பந்திகள். ஒரு மாதம் சென்றிருக்கும் என் பின்புறம் ஒரு குழி தோன்றியிருந்தது. படுக்கைப் புண் என்றார்கள். என் ஒருபக்க எடை குறைந்திருந்தது. நான் நடக்கையில் ஒரு பக்கமாய்ச் சாய்ந்து நடந்தேன்.

“நோவுதுடியே அம்மோவ்.”

தீனமாய் அழுதேன். நோய்மையின் மஞ்சள் நிற நாய் ஒன்று என்மேல் மூத்திரம் பெய்துவிட்டுப் போனது.

தேவதைகள் உலகில் அடுத்த மாதம் கழிந்தது. என் கையின் மறுபக்கம் ஒரு திரவ போத்தல் சொருகப்பட்டிருந்தது. புகை மண்டலம். தேவலோகம். பெண் தெய்வங்கள். நீலம் தோய்ந்த வெள்ளைத் தொங்கு சீலைகள். யாரேனும் அந்த தேவலோகத்தில் நடமாடிக்கொண்டேயிருந்தார்கள். போத்தலில் பல வண்ணத்தில் திரவங்கள் மாறிக்கொண்டேயிருந்தன. நான் மிதந்து மிதந்து அமிழ்ந்துகொண்டேயிருந்தேன். ஒருநாள் என்னைச் சுற்றி என் உடன்பிறப்புகள் அமர்ந்து பாடிக்கொண்டிருந்தார்கள். சின்னவன் குரல் உயர்த்திப் பாடினான்.

"தேவனே நான் உமதண்டையில் இன்னும் நெருங்கி சேர்வதே என் ஆவல் பூமியில்".

எல்லோரும் உடன் பாடினர். நெடு நாட்களுக்குப் பிறகு மலர்ச்சியாய்த் தூங்கினேன்.

ஒரு இருட்டுத் திரி எரிந்துகொண்டிருந்த விளக்கைக் கண்டேன். இருள் சுடர். அதை நான் எங்கோ பார்த்திருக்கிறேன். கறுத்த சுடரின் ஓரங்களில் மினுமினுப்பு. கறுத்த வெளிச்சம் அந்த இடத்தை நிரப்பியிருந்தது. ஓடுதளம் ஒன்று அந்த வெளிச்சத்தில் இருந்தது. அதில் ஏறி நின்றேன். ஒரு கீச்சொலி கேட்டது. என் கால்கள் ஓடத்தொடங்கின. பிறகு தொடர்ந்து கீச்சொலிகள். அந்த ஓடுதளம் நின்ற இடத்தில் நின்றது போலிருந்தது. ஆனால் சுற்றியிருந்த காட்சிகள் மாறிக்கொண்டிருந்தன. எல்லாம் தலைகீழாக. மரங்களின் வேர்கள் மேல்நோக்கி நின்றன. பறவைகள் மல்லாக்கப் பறந்தன. விலங்குகள் முதுகுகொண்டு நடந்தன. அந்தக் காட்சிகளில் மானுடப் படைப்புகள் எதுவும் இல்லை. கீச்சொலி நின்றது. காட்சிகள் மறைந்தன. நான் மெல்லிய குரலில் முனங்கினேன்.

"சர்த்தல் வார மாரி இருக்குவு. இத்துபோல வெள்ளம் கிட்டுமா?"

நூற்றுக்கணக்கான ஊசிகளும் பல நிறத்து நூல்களும் வெள்ளைத் திரைச்சீலை ஒன்றின்மீது தன்னிச்சையாகத் தைத்துக் கொண்டிருந்தன. யாரோ அவற்றிற்குக் கட்டளையிட்டுக் கொண்டிருந்தார். பெரும் முரசொலி கேட்க ஆரம்பித்தது. ஊசிகள் நிமிர்ந்து பார்த்துவிட்டு மீண்டும் தைக்கத் தொடங்கின. இப்போது முரசின் அடிக்கு ஏற்ற தாளத்தில். சற்று நேரத்தில் எண்ணிக்கையிலடங்காப் பேரிகைகள் முழங்கிப் பெரும் ஓசை எழலாயிற்று. ஊசிகளின் வேகம் அதிகரித்தது. திரை சீலையில் சிலந்திக் கூடொன்றின் வண்ண நூல் உருவம் தோன்றியது. நான் நடுங்கிக்கொண்டிருந்தேன். என் வாய் மெல்ல முணுமுணுத்தது.

“வவுறு பவிச்சுவு கொஞ்சோல சக்க தருவியளா?”

அந்தக் குறுமணல் பரப்பில் ஓடிக்கொண்டிருக்கையில் கால்கள் அனிச்சையாய் நின்றன. ஆயிரத்துக்கும் மேற்பட்ட பூட்டுகள் சிதறி மணற்பரப்பெங்கும் வாய்பிளந்து கிடந்தன. அதன் சாவிகள் எங்கெங்கோ கலைந்து கிடந்தன. நான் ஒரு பூட்டைக் கையில் எடுத்தேன். அது திறந்து இருந்தது. அதன் சாவி பறந்து என் கையில் குதித்தது. நான் அதைப் பூட்டினேன். மற்றொரு பூட்டை எடுத்தேன் அது பூட்டியிருந்தது. அதன் சாவி பறந்து வந்தது. அதைத் திறந்தேன். இப்படியாக நூற்றியெட்டுப் பூட்டுகள், திறந்து பூட்டி மணற்பரப்பைக் கடந்தேன். ஒரு வாசனை மூக்கைத் துளைத்தது.

“எங்கயோ சக்க மணம் வருதே எம்மோவ்.”

ஒரு சத்தம். வயலின் தந்தி ஒன்று இழுபட்டதைப் போல் மற்றொரு சத்தம். மழை. வண்ண மழை. மழையின் வாசனை நாசியை நிரப்பியது. நான் மழையில் இறங்கினேன். ஒரு துளி என் உடலில் பட்டது. எரிந்தது. அமிலம். அமில மழை. உடல் பொத்தலாகாமல் தடுத்தபடி குடைகள் ஆடி மிதந்து வந்தன. நான் குடைக்குள் மறைந்துகொண்டேன். அப்போதுதான் மழைத் துளிகளைப் பார்த்தேன். அவை ரத்த நிறத்தில் தரையில் ஒழுகி ஓடிக்கொண்டிருந்ததைக் கண்டேன். வானத்தின் கடவுள்கள் கொல்லப்பட்டுவிட்டார்கள் சாத்தான் காதருகில் சொல்லிப் போனான்.

“சக்க மரத்துக்கு என்னாச்சு?”

காதருகில் ஒரு பிரார்த்தனைக் குரல். ஆலய மணியோசை. அந்தப் பிரார்த்தனை ஓசைகள் பெருகின. மொத்த உலகமும் பிரார்த்தித்துக்கொண்டிருந்தது. கூடவே சலங்கையொலி போலச் சிறு மணியோசை. குதிரை வண்டி வந்து நின்றது. சிவப்பு உடை உடுத்த வயோதிகர் பின்பக்கப் பாரங்களை இறக்கினார். பரிசுப் பொட்டலங்கள். பல வண்ணங்களில் பல வடிவங்களில் பல அளவுகளில். எங்கும் பனிக் குளுமை, நான் போர்வைக்குள் என்னைப் பொதிந்துகொண்டேன். குறுக்கும் நெடுக்குமாக ரிப்பன்கள் கட்டப்பட்ட பொட்டலங்கள் என்னைச் சூழ்ந்துகொண்டன. வயோதிகர் சிநேகமாய்ச் சிரித்தார். உனக்குப் பிடித்ததை எடுத்துக்கொள். பனி மான்கள் ஆதரவாய்ச் சொல்லின. என் உடல் சிலிர்த்தது. ஜிங்கில் பெல்ஸ் பாடல் ஒலித்தது.

நான் உறக்கத்தில் சிரித்துக்கொண்டேயிருந்தேன்.

இரவு இடக்கண்ணில் ஒரு மின்னல்.

"ஒரு சக்கச் சொள தருவியளா?"

இரட்டைப் பலா நின்றிருந்த இடம் மொட்டையாக இருந்தது.

அதிகாலையில் மீண்டும் இடது கண்ணில் ஒரு மின்னல் வெட்டு, அந்தியில் வலது கண்ணில் ஒரு மின்னல். அனிச்சையாய் நான் தலையைத் தடவினேன். பிறகு உரத்துக் கத்தினேன்.

"ம்மோ இஞ்ச வா ! எனக்க முடிய எங்கட்டி?

எதுக்குட்டி எனக்கு மொட்டை அடிச்சிய?

எடியே எம்மோ இஞ்ச இருந்த எரட்டப் பிலாவுவள எங்கட்டி?

எதுக்குட்டி முறிச்சிய?"

●

மே –2023
(யாவரும், ஜூன் – 23)

பீடி

"சாக்குட்ட சாத்தியாபற முறுமுட்டி நாய்க்கோணி ஐத்துக்கோணி ஆரஞ்சு கீலேசு" ஒருமுறை சொல்லிப்பார்த்துக்கொண்டான் கோவிந்தன். தள்ளும் பிள்ளும் "கோரல்" விளையாட்டின் படிநிலைகள் இவை. கோவிந்தன் எப்போதும் சுற்றித் திரிவது அவனை விட ஐந்து பத்து வயது மூத்த அண்ணன்களுடன். பெரியவர்களோடு திரிய வேண்டுமென்றால் சிலபல அடவுகள் தெரிந்திருக்க வேண்டும். அவர்கள் விளையாடும் கச்சி விளையாட்டிலோ சீட்டு விளையாட்டிலோ தள்ளும் பிள்ளிலுமோ சரிநிகர் திறன் வேண்டும். வயது காரணமாக ஒதுக்க முடிந்த அல்லது ஆட்கள் குறைவாகும்போது சேர்த்துக்கொள்ளும் இடத்தில் ஒருபோதும் இருக்கக் கூடாது. கச்சிக்களியில் கோவிந்தன் ஒருபோதும் "முட்டு" வாங்கியதில்லை. சீட்டுக் களியில் "குணுக்கு" வாங்கியதில்லை. தள்ளும் பிள்ளில் "காக்காவோ பீடியோ" பெற்றதில்லை.

பஞ்சாயத்து பார்க் மைதானத்தில்தான் தள்ளும் பிள்ளும் களிப்பது. அரை வட்ட வடிவ ரேடியோ அறை. அதில் மையமாக உயரத்தில் செயல்படாத கூம்பு ஒலிபெருக்கி. சுற்றிலும் கருங்கல் சுவர். பஞ்சாயத்து பார்க்குகளின் ஒரே மாதிரியான அதே வடிவமைப்பு. கொஞ்ச நாட்கள் புதர் பீடித்துக் கிடந்ததை இளைஞர் அமைப்பொன்று சீர்படுத்தியது. படிப்படியாக அவர்களின் அந்திநேர கூடுகைத் தலமானது. வலது பக்க மூலையில் காலேஜ் போகும் ரொம்பவும் மூத்த அண்ணன்கள் பார்

விளையாட்டுகள் ஆடிக்கொண்டிருப்பார்கள். ஒன்றரை அடி இடைவெளியில் ஐந்து அடி உயரத்தில் "ப" வடிவத்தைக் கவிழ்த்தி வைத்ததுபோல் இரண்டு இரண்டு இஞ்ச் கன இரும்புக் கம்பிகள். அதுதான் பார் விளையாட்டு. அதே வலதுபக்க மூலையில் நிற்கும் வேப்பில் இரண்டு ரிங்க்ஸ். உயரம் வைக்க ரிங்க்ஸ் விளையாட்டு, உடம்பு வைக்க பார் விளையாட்டு. அதுதான் சூத்திரம்.

கோவிந்தனின் வயதொத்த பொடியர்கள் அண்ணன்கள் விளையாடி முடித்ததும் தெரிந்த வகையில் ஏறி சர்க்கஸ் காட்டுவார்கள். விளையாடி முடித்ததும் கையில் பலம் பரிசோதிப்பது, வீட்டுக்கு வந்ததும் ஏதேனும் இருப்பதைச் சாப்பிடுவது அன்றாடம். எதிர்த்தாற்போல் பக்கவாட்டில் பட்டாளம் கடையில் அவிச்ச தாரா முட்டை விற்பனைக்கு இருக்கும். ஒரு முட்டை அம்பது பைசா. மீன் பிடிக்கும் சூண்டை கங்கூசால் முட்டையை நாலாக வெட்டி நல்லமொளவுப் பொடியிட்டுத் தருவார். பைசா இருக்கும் நாட்களில் தாரா முட்டை வயிற்றுக்குள் அடை வைக்கப்படும்.

பார் விளையாட்டைத் தொடர்ந்து செய்தால் கால் சூம்பிவிடும் என்றார் ஒருநாள் சசி அண்ணன். அவர் போலீஸில் சேருவதற்குப் பயிற்சி எடுப்பவர். கோவிந்தன் தனது காலை ஒருமுறை பார்த்தான். இனி ரிங்க்ஸ் மட்டும் விளையாடுவது என்றானது பொடியர்கள் கூட்டத் தீர்மானம்.

அண்ணன்கள் கூட்டத்தில் கூட்டுச் சேர்வதற்கான அனுமதி பொடியர்களில் கோவிந்தன், சேகர் இருவருக்கு மட்டும்தான். விளையாட்டுத் துணை ஒரு காரணம் என்றால் அங்கே பேசப்படுபவற்றை வெளியே சொல்லாத பெரிய மனுஷத்தனம் மற்றொரு காரணம்.

கூட்டத்தின் சுவாரசியங்களுக்குக் காரணம் இருவர். 'விளுமன்' குமாரும் 'கெடந்து மோளி' கணேசனும். குமார் கமல் ரசிகன். கணேசன் ரஜினி ரசிகன். இருவருக்கும் இடையில் ஏராளம் எதிர்மைகள் இருந்தாலும் இந்த முரணே பிரதானப் பகைமை என்பது கோவிந்தனின் எண்ணம். அவனும் ரஜினி ரசிகன் என்பதால் கோவிந்தன் எப்போதும் கணேசன் பக்கம். கணேசன் இருக்கும் இடம் கலகலப்பாகயிருக்கும். அவனது நகைச்சுவைகள் கூட்டத்தில் பிரசித்தம். கணேசனின் கிண்டல்களுக்கு மையக் கருவாக குமார் மாட்டிக்கொள்வான். இடையிடையே கடும் சண்டை வரும். அடிதடி வரைக்கும் போகாமல் நண்பர்கள் விலக்குத் தீர்த்து விடுவார்கள்.

"லே விளுமா…"

"போலே கெடையில மோளி"

கடைசியில் வட்டப் பெயர் அழைப்பதோடு சண்டைகள் முடிவுக்கு வந்துவிடும்.

வீட்டில் யாரும் இல்லாத நாளில் மாவிடித்து அவித்து மூணு குத்தி புட்டுத் தின்னும் குமாருக்கு "விளுமன்" குமார் என்ற பட்டப் பெயரை இட்டதே கணேசன்தான் என்றொரு கதையும் உண்டு. பதிலுக்கு கணேசன் பத்தாவது வரையில் படுக்கையில் மூத்திரம் போய்விடுவதுண்டு என்பதை அவன் தம்பியின் மூலம் அறிந்து "கெடையில மோளி" பெயர் சூட்டியது விளுமன் குமார்.

குமார் தின்னிப்பண்டாரம்தான். சிலநாட்களில் கூட்டத் தில் வேலை பார்க்கும் ஒரே நபரான வாத்தியார் மாணிக்கராஜ் ஓனர் கடையிலிருந்து உண்ணியப்பமும் பருப்பு வடையும் வாங்கக் காசு தருவார். கோவிந்தனும் சேகரும் ஓடிப்போய் வாங்கி வருவார்கள். தன்னுடைய பங்கு தீர்ந்ததும் வெட்கமே இல்லாமல் அடுத்தவர் பங்கிலும் கை வைப்பான் விளுமன் குமார். சிலவேளைகளில் எதிரியான கணேசனுடையதிலும்.

❍❍❍

கணேசன் கதையை ஆரம்பிக்கும்போதே கோவிந்தன் சிரிக்க ஆரம்பித்துவிடுவான். அது அந்தச் சூழலைக் கலகலப்பாக்கிவிடும் குமாரைத் தவிர. குமாரை எளிதாக உணர்ச்சிவசப்படுத்திவிட முடியும்.

❍❍❍

"கண்ணனூர் எறக்கத்தில பஸ்ஸக் கொண்டு புளில கொண்டு சாத்தி ஆக்சிடன்ட் ஆனது தெரியுமாடே.

"அண்ணு திங்களாச்ச பஸ்ல நல்ல கூட்டம். கண்டக்டரு டிக்கெட் அடிச்சிட்டு இருக்கியாரு. 110 ஏ பஸ்சாக்கும். தொடுவட்டி லேண்டு வண்டி கௌம்பி குலசேகரத்துக்கு பேயிட்டிருக்கு. எருதூர்கட கிட்ட தேரில வண்டி ஏறும்ப கண்டக்டருக்கு வவுறு கலக்குது. காலத்த வீள்ல இருந்து இறங்கச்சிலையே சின்ன கொழப்பம். சமாளிச்சலாம்னு டூட்டிக்கு ஏறியாச்சு. சரக்கு வவுறு புறுபுறுன்னு இருக்கு. அடுத்து புலிப்பொனம் சர்ச் வரும்போ பிடிச்சு நிக்க முடியாதுன்னு ஆயாச்சு. பஸ்ஸு புலிப்பனம் தாண்டி போவுது. சாமியார்மடத்துக்கும் புலிப்பொனத்துக்கும் எடையில நம்ம ஊரிலேண்டு தங்க நாடான் கட இட்டிருந்தாரு. பலசரக்குக் கட. கண்டக்டரு வுசிலடிச்சி எறங்கி ஒரு சுருட்டு சடம்பு வேண்டினாரு. பய்ய கடைக்க பெறமப் போய் பேண்டுக்க ரெண்டு தும்பிலையும் சடம்ப வெச்சு நல்லா இறுக்கக் கட்டினாரு.

இனி கொளப்பமில்ல. தூறினாலும் பெறச்சன இல்ல. பஸ்ஸுல ஏறியாச்சு நல்ல ஊக்கமா சத்தம் போடியாரு "டிக்கெட் வேற டிக்கெட்"... சாமியார்மடம் ஸ்டாப் வந்ததும்தான் தாமசம். வயறு புல்லா கலக்கி சம்பவம் ஆயிப்போச்சு."

நாங்கள் சிரிக்கத் தொடங்கிவிட்டிருந்தோம். கணேசன் தொடர்ந்தான்.

"சாமியார் மடம் எறக்கம். பின்பக்கம் ஏறினவியளுக்கு டிக்கட் குடுத்தாச்சி. சரக்கு காலுக்குள்ள பெய் வடிஞ்சு சடம்புக்க பலத்தில நிக்குது. முன்பக்கம் ஏறினவியளுக்கு டிக்கட் குடுக்கணும். கண்டக்டருக்குப் பேடி. சரக்கு சடம்பு கட்டு அவுந்திருமோ. கணேசனின் முக பாவம் சிரிப்பைக் கூட்டிக் கொண்டேயிருந்தது. வண்டி செட்டிச்சார்வெள கிட்ட வருது, மின்ன போய் டிக்கட் குடிக்கியாரு. அதுல ஒரு பெண்ணாப்பொறந்தவ லேசா மூக்கைப் பிடிச்ச மாரி இருக்குவு. கண்டக்டருக்கு சடம்பு கெட்டு அவுந்துட்டுன்னு திரும்பவும் பேடிச்சு வருது. வண்டி திரும்பி கண்ணனூர் கேற்றம் வந்தாச்சு. எதுக்கும் ஒதறிப் பாப்போம்னு கண்டக்டரு டிரைவருக்கு கிட்டப்போய் ஒரு ஒதறு. சடம்பு கட்டு அவுந்து சரக்கு பஸ்ஸு கண்ணாடி புல்லா தெறிச்சுட்டு."

பஞ்சாயத்து பார்க் ஒரு நிமிடம் சிரிப்பால் அதிர்ந்தது. கோவிந்தனின் சிரிப்புச் சத்தம் கேட்டுப் பட்டாளம் வந்து எட்டிப் பார்த்தார்.

கணேசன் முத்தாய்ப்பாய் முடித்தான்.

"டிரைவரு வேற என்ன செய்ய கண்ணு தெரியாமல கொண்டு புளில சாத்திற்றாரு."

எல்லோரும் சிரித்து முடிக்கும்வரை காத்திருந்துவிட்டு கணேசன் மெதுவாய் சொன்னான்.

"கண்டக்டரு ஆருன்னு மனசிலாச்சா? நம்ம விளுமனுக்க பப்பா."

மீண்டும் சிரிப்பு அடங்க நேரமானது. எங்கோ புளியமரத்தில் ஒரு பஸ் இடித்து விபத்துக்குள்ளானதை குமாரின் அப்பாவோடும் அதை வேறொரு கதையோடும் இணைத்து கணேசன் அன்று கோவிந்தனின் வயிற்றைப் பதம் பார்த்தான். கணேசன் குமாரைப் பார்த்து அவன் காணாத நேரத்தில் கண்ணைக் காட்டினான். எல்லோரும் ஒரே நேரத்தில் சிரித்தார்கள். குமார் அமைதியாக இருந்தான். குமாருக்கு அப்பாவைச் சொன்னால் பெரிய அளவில் கோவம் வருவதில்லை. அவனைப் பற்றிச் சொன்னால்

போதும் கோபம் தலைக்கு ஏறிவிடும். ஆனாலும் சின்னப் பெடியன்கள் சிரிப்பது அவனுக்கு எரிச்சலாயிருந்தது. கோவிந்தன், சேகர் இருவரின் அப்பாக்களுக்கும் அந்தக் கூட்டத்தின் அண்ணன்களிடம் நட்பு இருந்தது. கோவிந்தனின் அப்பாவும் குமாரும் நெருக்கம். பெரும்பாலானவர்கள் இருவரையும் தூக்கி வளர்த்தவர்கள். குமார் அடிக்கடி அவர்களை கூட்டிலிருந்து வெளியேற்ற முனைவான். அண்ணன்களுக்கு வேறு வழியில்லை. அவர்கள் கூட்டத்தோடு இருப்பது அவர்களுக்கு உதவிகரமானது.

○○○

கணேசனின் வலையில் எப்போதும் விழுவது குமார்தான். அவனது கதைகளில் குமார் மிகச்சரியாக வந்து மாட்டிக் கொள்வான். எத்தனை முறை மாட்டினாலும் குமார் எச்சரிக்கை அடைவதில்லை.

கணேசன் தொடங்குவான்.

"நாலு பயக்களும் ஒரு பெண்ணும் ஒரு மாடில தங்கி யிருப்பினும் அது என்ன படம்?"

எல்லோரும் யோசிக்க குமார் வந்து தூண்டிலைக் கடிப்பான்.

"அதா அது... புது வசந்தம்."

"அதில ஒரு பாட்டு உண்டுமே என்ன அது...: கணேசன் இழுப்பான்.

"ஆயிரம் திருநாளா?"

"அதில்லடே வேற."

"பின்ன எந்த பாட்டு?"

"மறந்துபோச்சே" கணேசன் நடிப்பு துல்லியமாக இருக்கும்.

"வாருங்கள் வாருங்கள் வானத்து மேகங்களே."

"இல்லடே இரண்டு தடவ வரும். எதோ பாட்டுன்னு வரும்."

"இது முத முதலா வரும் பாட்டு... அதா."

"போடே அதுவுமில்ல."

"ஓ பிடி கிட்டிச்சி" இப்போது குமார் உடலில் அழகான அபிநயத்தோடு பாட ஆரம்பிப்பான்.

"பாட்டு ஒண்ணு நான் பாடட்டுமா..."

"நீ ஒரு பு... டையும் பாடாண்டாம் போடே."

கணேசன் சொல்லி முடித்ததும் ஆரவாரம் அடங்க வெகு நேரமானது. குமார் முகம் வாடி உட்கார்ந்திருப்பான். அதிகபட்சம் "போல கெடயில மோளி" என்பான்.

ooo

விளுமன் குமார் ஒருவகையில் அப்பாவி. இப்படித்தான் மற்றொரு நாள், கணேசன் ஆரம்பித்தான்.

"ஒரு அழிப்பான் கத. தாடி வளத்திருப்பான் சாமியார் இல்ல, உருவம் மாறுவான் மந்திரவாதி இல்ல. உயிர் குடுப்பான் கடவுள் இல்ல ஆரது ?"

கூட்டத்தில் அதிபுத்திசாலியான மாணிக்கராஜ் அண்ணனும் முழித்துக்கொண்டிருக்க யாரும் பதில் சொல்லாத காரணத்தால் கொஞ்சம் தற்பெருமையில் தவறான பதில் சொன்ன யாரையோ "டியூப் லைட்" என்றான் கணேசன்.

அதையே பதில் என நினைத்துவிட்டு விளுமன் குமார் ஆவேசமாய்க் கத்தினான்.

"ஆளுவள பைத்தியாரன் ஆக்கப்பாது கேட்டியா. அது எப்பிடிடே டியூப் லைட்டுக்கு தாடி வளரும்?" அன்று முழுதும் குமாருக்குப் புதிதாய் டியூப் லைட் பட்டம் கொண்டு 'ஜே' விளித்தார்கள். 'டியூப் லைட் குமாருக்கே ஜே...'

கோவிந்தனுக்குச் சிரிப்பை அடக்க முடியவில்லை. விழுந்து விடாமல் இருப்பதற்காகக் பக்கத்திலிருந்த பார் கம்பியைப் பிடித்துக்கொண்டு சிரித்தான். கணேசன் குரல் இடையில் கேட்டது.

"அவன ஏண்டே செறையிய விளுமா."

"இவன் ஒருநாள் என்ட அடி வேண்டுவான் கேட்டியா."

"விடுடே நம்ம தூக்கி வளத்த பய இல்லா" கணேசன் சமாதானப்படுத்தினான்.

ooo

அன்று கணேசன் சபையை கலகலக்க இப்படி ஆரம்பித்தான்

"ஆனை – வாயில – கரும்பு – குண்ணை"

இந்த நாலு வார்த்தையையும் வெச்சு ஒரு அர்த்தமுள்ள வாக்கியம் சொல்லணும் ஆனா ஒரு வார்த்தையையும் சேக்கக் கூடாது, நீக்கக் கூடாது. அண்ணன்களும் நாங்களும் யோசித்துக் கொண்டிருந்தோம். யாருக்கும் விடை தெரியவில்லை. விளுமன் பலமான யோசனையில் இருந்தான்.

"ஆனை – வாயில் – கரும்பு" அதான் விடை என்றுவிட்டு கணேசன் அடுத்து "கொச்சினிலிருந்து கோயா பொறப்பட்ட" கதைக்குப் போய்விட்டான். எல்லோரும் கோயா கதையின் சுவாரசியத்தில் லயித்து இருக்க, கதை பாதி தாண்டிப் போகும்போது யோசித்துக்கொண்டிருந்த குமார் திடீரெனக் குறுக்கிட்டான்.

"லே லே நில்லு நெறுத்து ஒரு வார்த்தையும் நீக்கப்பிடாதுன்னு சொன்னேல்லா அப்ப குண்ணை எங்க?"

"குண்ணையா? உனக்க வாயில."

மொத்தக் கூட்டமும் சிரித்துச் சிரித்துப் புத்துயிர் கொண்டது. குமார் முகத்தில் ஈயாடவில்லை. கோவிந்தன் அதி சத்தமாய்ச் சிரித்தான். குமார் அவனைச் சிறைந்து பார்த்தான்.

ООО

சில வேளைகளில் குமாரும் கணேசனும் அன்பாய்க் கொஞ்சிக்கொள்வார்கள். ஆனால் எப்படியும் முடிவில் சண்டை வந்துவிடும்.

"லே குமாரே வண்டவாளத்துக்கு கடயிலேண்டு தோச வேண்டித் தால."

"போல இஞ்ச நானே வெஷம் அடிச்சா காயில்லாம கெடக்கேன்."

"வெஷம் அடிக்க பைசா இல்லேன்னா லூக்காஸுக்க கட நடைய நக்கி சாவுல தாளி."

லூக்காஸ் எங்கள் ஊரில் உரக்கடை, பூச்சிக்கொல்லி மருந்து கடை நடத்தும் அண்ணன்.

"கொப்பனுட்ட சொல்லுல சாவ."

லூக்காஸுக்க நடைய நக்கி சாவச் சொன்ன கணேசனின் டயலாக் கோவிந்தனைச் சிரிக்க வைத்துவிட்டது. அவர்கள் இருவரும் மறந்தாலும் அதைப் பிடித்துக்கொண்டான். குமார் கோவிந்தனை இப்போது கடுமையாக முறைத்தான்.

ООО

"உல் உனக்கு எல் என்ன தெல் தெரியும். நெல் நேற்றைக்கு வில் விளுமன் முல் மூணு குல் குத்தி புல் புட்டைத் தில் தின்னது தெல் தெரியுமா?" கோவிந்தன் எங்கிருந்தோ கற்றுக்கொண்டு வந்த இந்த பாஷையை முதலில் சேகரிடம் பிரயோகித்தான்.

“என்னல வேளம் இது?”

“எனக்க மாமி தூத்துகுடில இருக்கினுமில்லா வீட்டுக்கு வந்திருக்கியாவ. அவிய மொவ செல்லித்தந்தது. ஒண்ணும் இல்ல எல்லாத்துக்கும் மின்ன ஒரு ‘ல்’ ‘ல்’ ன்னு சேக்கணும். இப்ப வான்னு விளிச்சணும்னு வை ‘வல் வா’ போன்னா ‘பொல் போ’ அம்புடுதான்டே.”

சேகரும் கோவிந்தனும் அடுத்து வந்த நான்கு நாட்களும் இந்த பாஷையை உருவேற்றி மெருகேற்றித் தண்ணீர்போலப் பேசக் கற்றுக்கொண்டனர். மாமியின் மகள் சொல்லித்தந்த “அஸ் அந்த” “இஸ் இந்த” “எஸ் எந்த” பாஷையை கோவிந்தனால் பழகிக்கொள்ளவும் முடியவில்லை. சொல்லிக் கொடுக்கவும் முடியவில்லை. மாமியின் மகள் உமிழ்நீரைக் கொண்டு வாயி. லிருந்து குமிழ் விடுவது, இரண்டு விரலில் விசில் அடிப்பது, சோடாப்புட்டி மூடி, மெழுகு, ரப்பர் பேன்ட் வைத்து வண்டி செய்வது, கலர் பேப்பரில் காத்தாடி, பட்டம் செய்வது என்று ஒரு டஜன் வித்தைகள் சொல்லித்தந்து போனாள். கோவிந்தன் ஒவ்வொன்றாக அவன் வயதுப் பையன்களிடம் காட்டி ஹீரோவாகிக்கொண்டான். அந்த ஊரில் “உல் உனக்கு” பாஷை தெரிந்த இரண்டு உயிர்கள் இருப்பது வேறு யாருக்கும் தெரியாது. இருவரும் மற்றவர்கள் முன் இன்னும் பேசத்தொடங்கவில்லை.

“உல் உனக்கு கல் கணக்குல எல் என்ன மல் மார்க்கு?” கோவிந்தன் கேட்டான்

“எல் எனக்கு நல் நாப்பத்தி அல் ஆறு. உல் உனக்கு எல் எவ்வளவு?” இலக்கணச் சுத்தமாய் கேட்பான் சேகர்.

“நல் நான் அல் அன்னைக்கு பல் பரிச்ச எல் எழுதல” கோவிந்தன் அடுத்த கேள்விக்குத் தாவினான்.

“நல் நாளைக்கு குல் குளத்துல மில் மீன் பில் பிடிச்ச பொல் போலாமா?”

“எல் எங்க அல் அப்பா கொல் கொன்னு பொல் போடுவாரு.”

கோவிந்தன் சேகரின் இந்த பதிலில் சற்று அமைதியாகிச் சாதா பாஷைக்குத் திரும்பிவிடுவான்.

○○○

கச்சி களி சீசன் தொடங்கிவிட்டது. சிறிய கச்சி, பால் கச்சி என்று அழைக்கப்படும் வெள்ளைக் கல்லு கச்சி, பெரிய டோங்கா கச்சி, வயதுக்கேற்ப பயன்படும். கோவிந்தனும் சேகரும் பெரியவர்களோடு களிப்பதால் கையில் அடங்காவிட்டாலும்,

டோங்கா கச்சி களிப்பார்கள். அன்று கச்சி களி மாலையில் சீக்கிரமே தொடங்கிவிட்டது. கணேசன் இன்னும் வரவில்லை. விளுமன் குமார், ‘தம்மகண்ணு’ தர்மராஜ், ‘ஏக்கிநீலன்’ பிரேம், ‘பீகிண்டி’ பிரகாஷ், ‘கிடா’ பாபு, கோவிந்தனும் சேகரும் ஆக ஏழு பேர். முதல் களியில் குமார் முட்டு வாங்கினான். கோவிந்தன் முடிந்தவரை பலம் கூட்டி அடித்தான். டோங்கா கச்சி நல்ல வலி. விளுமன் கறுவிக்கொண்டான். அடுத்த களியில் ஏக்கிநீலன், மூன்றாவது களியில் தம்மகண்ணு ஒட்டுவைத்தான். முதலில் நடு முடிந்து அற்றம் போன குமாரின் கச்சியை கோவிந்தன் அற்றத்திலிருந்து தூரமாகத் துரத்தினான். மீண்டும் திருச்சிமார் நடுவில் விளுமனின் கச்சி குழிக்கு அருகில் நின்றது. கோவிந்தன் அற்றத்திலிருந்து திரும்பி விளுமனின் கச்சியை இன்னும் தூர மாஸ் புல் நடுவே அடித்துத் துரத்தினான். குமார் முகம் மாறிவிட்டது. கணேசன் வேறு இல்லை. கோவிந்தன் தன்னையே கோபத்தோடு பார்த்துக் கொண்டிருக்கும் குமாரைப் பற்றி எந்தக் கவலையும் இல்லாமல் மிகுந்த உற்சாகத்தோடு விளையாடிக்கொண் டிருந்தான். கச்சிக்களி முடிந்து எல்லோரும் அமர்ந்திருக்க குமார் பீகிண்டியிடம் எதையோ தனியே பேசிக்கொண்டிருந்தான்.

பேச்சு சுவாரசியத்தில் அன்று நடந்த கச்சிக்களியில் குமார் மூன்று முறை முட்டு வாங்கியதைக் கேலி செய்ய ஆரம்பித்தான் ‘கிடா’ பாபு. கணேசன் இல்லாத குறையை அன்றைய தினம் அவன் ஏற்றுக்கொண்டான். கதை தொடர்ந்து வெவ்வேறு கிளைக் கதை களுக்குள் புகுந்தது. குமார்தான் எல்லாவற்றிலும் கதாநாயகன்.

“கேட்டியளா இன்னேற்று அந்திக்கு நம்ம வண்டவாளம் குமாருக்கு சீலையை உரியப் பாத்தாரு. கொறைய நாளாட்டு பற்றுல தின்னிட்டு கெடந்தான். அவரும் சும்மா விட்டாரு. நம்ம கண்ட்றாக்குக்க மொவன்னு செல்லி விட்டிட்டாரு. இவன் மிந்தா நாளு தொடுவெட்டிலேண்டு இவனுக்க கூட்டுக்காரனை விளிச்சிட்டு தின்ன பேயிரிக்கான், அவரும் ஒண்ணும் செல்லேல. சரக்கு பற்றில்லியா கொஞ்சமாட்டு தின்னப்பாதா? ரெண்டு வேரும் சேந்து நுப்பது தோய தின்னிருக்கியானுவ. அது போராதுன்னு புட்டும் பயறும் கேட்டிருக்கியான் நம்ம மேப்படியான்.

லே வண்டவாளத்துக்க கடையில தோய தீத்துபோட்டியே. நல்லோரு மனுஷன் அவருக்க கஞ்சிகுடிய அழிச்ச பாத்தியே. நல்ல வெட்டி விழுங்கி தின்ன இல்லா. பைசா குடுக்கப் பாதா? விளுமா.” ‘கிடா’ பாபு விடுவதாயில்லை.

கோவிந்தனுக்குச் சிரிப்பு அடக்க முடியவில்லை. வழக்கம் போல உரக்கச் சிரித்தான். பட்டப் பெயர்கள் பொதுவாகச் சிரிப்பு

மூட்டுபவை. 'கிடா' பாபுவின் உடல்மொழி அன்று பிரமாதமாக இருந்தது. கோவிந்தன் தன்னிலை மறந்து சிரித்தான்.

யாரும் எதிர்பார்க்கவில்லை. குமார் திடீரென எழுந்து கோவிந்தனைச் சட்டையைப் பிடித்து அப்படியே தூக்கினான்.

"கொஞ்ச நாளா பாக்கியன். பொடிப்பயலே நான் என்ன உனக்க கொப்பனப்போல ஒளிச்சு ஓடினனா."

குமார் காட்டுக் கத்தலாகக் கத்திவிட்டான். கூட்டம் அமைதியாகிவிட்டது.

எல்லோருக்கும் தெரியும், கோவிந்தனின் அப்பா அவன் பிறந்தபோது ஊரெல்லாம் கடன் வாங்கிவிட்டு ஊரைவிட்டு ஓடிப்போனது. அவன் வயது நண்பர்களுக்கு மட்டும் தெரியும். அவரை யாருக்கும் தெரியாமல் வழியனுப்பி வைத்தது குமார்தான்.

ஒருபக்கம் பார் விளையாட்டு விளையாடிக்கொண் டிருந்தார்கள் மூத்த அண்ணன்கள்.

அப்பாவை இழுத்துப் பேசியது கோவிந்தனுக்குப் பொறுக்க முடியவில்லை. குமாரின் கையைத் தட்டிவிட்டான். காதுகள் விடைக்க, கன்னங்கள் சிவப்பேற கால்கள் ஓடிக்கொண்டிருக்க உரத்துக் கத்தினான்.

"பொல்போடா வில் விளுமா"

கொஞ்சம் தூரம் ஓடி மீண்டும்,

"பொல்போடா புல்புண்டா மொல்மொவனே"

குமார் முகம் செத்துவிட்டது. அவன் அப்படியே தரையில் உட்கார்ந்துவிட்டான்.

கோவிந்தன் பட்டாளம் கடை தாண்டிப் பள்ளி கிரவுண்ட் தாண்டி சரோஜினி அக்கா வீடு வந்ததும் அங்கிருந்த கலுங்கில் அமர்ந்து மூச்சு வாங்கினான். எதிர்க் கண்டறையில் மனாசை தாத்தா உட்கார்ந்து ரசித்து பீடி பிடித்துக்கொண்டிருந்தார். கோவிந்தனுக்கு அழ வேண்டும்போல் இருந்தது.

●

மே – 2023

குடம்

"தாமரகொளம் இருக்கில்லா தெக்கு தாமரொளம் அங்கதான் பொறந்தேன். அம்மை வயலு வேலைக்குப் போவா. மாறி அப்பா யாருன்னு தெரியாது. சொந்தம்னு சொல்லிட்டு அப்பனுக்க தூரத்து சொந்தத்துத் தம்பி, சித்தப்பன்னு ஒருத்தம் வருவான். அவன்தான் எங்கம்மையை வச்சிருந்தாம்னு சொல்லுவாவ. படிக்கியதுக்கு எனக்கு நல்லா ஆச. என்னிய படிக்க வெய்க்க அங்க ஆருண்டு. அம்மா செல நேரம் வீட்டுக்கு வருவா, செல நாள் வரமாட்டா. அம்மா இல்லாத்த ஒரு நாளு ராத்திரி சித்தப்பன்காரன் வீட்டுக்கு வந்தான். அன்னைக்குத் தான் ஒலகம்னா என்னா மனுசனுவன்னா ஆருன்னு தெரிஞ்சுகிட்டேன். நான் தொழிலுக்கு எறங்கும்போ நீ பெறந்திருக்கக்கூட மாட்ட. பதிமூணு வயசு. வாறவன் போறவன் எல்லாம் எனக்க மொலையத்தான் பாப்பானுவ. மொதல் கஸ்டமர் முப்பந்தரத்துக்குக் கூட்டிட்டுப் போனான். நல்ல தொடக்கம். பொறவு கன்னியாமாரி, மதுர, திருநெல்வேலி, பாறசால, திருவந்திரம், ராஜாவூரு, ஆத்தங்கரைப் பள்ளி, குத்தாலம், திருவண்ணாமலை, கோயம்பத்தூரு, மெட்ராஸுன்னு போவாத எடமில்ல. இருவது வயசுல ஆந்தராக்காரி சினேகிதி பிள்ள அவளுக்க ஊருக்குக் கூப்பிட்டா, ஆனா எனக்கு நாருவல விட்டுப் போவ மனசில்ல. வாய் நெறைய நாலுவேர கெட்டவார்த்தை சொல்லி தள்ளைக்கு அறுத்தாதானடே நமக்கு சோறு எறங்கும். தள்ளையவோளிகளுக்க ஊரு."

கவிதாக்கா என்னிடம் பான்பராக்கைப் பாதி தந்துவிட்டு எச்சில் கூட்டித் துப்பினாள்.

திருநெல்வேலி பஸ்கள் நிற்குமிடத்திலிருந்து மேரி பரபரக்க இறங்கி நடந்துவந்தாள்.

“குட்டே பிள்ளா ரெண்டு நாளா ஆள காணல” கவிதாக்கா மேரி நெருங்கியதும் கேட்டாள். மேரியின் கன்னம் கன்னியிருந்தது. உதடும் கிழிந்திருந்தது.

மேரி பதில் சொல்லாமல் கலங்கிய கண்களோடு களியக்காவிளை பஸ்ஸில் ஏறி உட்கார்ந்தாள்.

“போலிஸ்கார தேவ்டியாளுக்க மோனுவ” கவிதாக்கா சத்தமாய்க் காறித் துப்பினாள். பஸ்ஸ்டாண்ட் பாரா டூட்டி பி.சி. பாலகிருஷ்ணன் முறைத்துவிட்டு வெளிப்பக்கம் டீக்கடைக்கு ஒதுங்கினான். பூக்கடை சுரேஷும், இஞ்சிமுட்டாய் தாணப்பனும் நமட்டுச் சிரிப்பு சிரித்துக்கொண்டார்கள்.

“கண்டாரோளிப் பயலுவ. மனுசனுவளா இவனுவ. ஏ ... இவனுவத் தனி எனமில்லியாக்கும். குடிச்ச வெள்ளத்திலயும் நம்பப்படாது குட்டிமக்கா. வெப்ராளமா வருகு. பதினேழு வயசுல என்னை இவனுவ நாலுபேரு கொண்டு போட்டு செய்திட்டு பைசாவும் தராம அடியும் சவுட்டும் தந்திட்டு போனானுவ. நாலு நாளு பாய்லேயிருந்து எழும்பல்ல. அப்ப இருந்தே இவனுவள கண்டாலே எனக்கு ஆவாது. மாசாமாசம் கேசுக்கு வந்து நிப்பானுவ. நான் மயிருன்னுதானும் மதிக்க மாண்டேன்.”

கவிதாக்காவுக்கு அதையும் தாண்டி போலீஸ்காரர்கள்மீது ஏதோ தீராத வெறுப்பும் காயமும் இருப்பதற்கு வாய்ப்பிருக்கிறது. யாரையும் இப்படிப் பேசுபவள் அல்ல அவள்.

“வயறு பவுச்சிது, ரெண்டு புரோட்டாவும் பீஃபும் தின்னுவாமாடே.”

கேட்டுக்கொண்டே என் பதிலை எதிர்பார்க்காமல் வெயிட்டிங் ஷெட்டிலிருந்து எழுந்தாள். வடசேரி கிறிஸ்டோபர் பஸ் ஸ்டாண்ட் கட்டி ஐந்து வருடங்கள் நிறைந்திருக்கும். தொன்னூற்றிநாலில் கட்டினது. குளத்து பஸ் ஸ்டாண்டிலிருந்து எங்கள் ஜாகை இங்கு இடம்மாறி ரெண்டு வருடங்கள் ஆகிறது. முதன்முதலில் கவிதா அக்காவை மீனாஷிபுரம் சாமிலாட்ஜில்தான் சந்தித்தேன். ஏஜன்ட் ஒருத்தனிடம் சிக்கி சின்னாபின்னமாய்க் கிடந்த நேரம். கையும் கணக்குமில்லாமல் நேரம் காலமில்லாமல் சுரண்டல். என்னால் தாழ முடியவில்லை. வழக்கமாய் இங்கு எதிரிடும் தொழில் போட்டி கவிதா அக்காவிடம் சுத்தமாய்

இல்லை. அவள் சீனியர் என்பதைப் பார்த்தவுடன் புரிந்து கொண்டேன். எனக்கு இப்போதைக்குத் தேவை ஒரு தங்குமிடமும் பாதுகாப்பான அடைக்கலமும். அன்று மாலை டீ குடிக்கும் நேரத்துக்கு முன் கவிதா அக்கா என்னைத் தத்தெடுத்துக்கொண்டாள். லாட்ஜ் ஏஜெண்ட் கைநழுவிப் போன என்னை எரிச்சலாய்ப் பார்த்தபடி பீச் ஒயின்ஸில் நுழைந்தான்.

இந்த ரெண்டு வருடங்களில் ஒழுகினசேரியிலும் அருகில் கோதை கிராமத்திலுமாய் சிறிய வீடுகளில் நானும் கவிதா அக்காவும், கூட யாராவது வேறொருத்தியுமாய் நிம்மதியாய் கழிக்கிறோம். இப்போது எங்களோடு வசிக்கும் சாந்தி ஊருக்குப் போயிருக்கிறாள். சாப்பிட்டு முடித்து டீ குடித்து, பான்பராக் கொன்றை ஆளுக்குப் பாதி போட்டுவிட்டுக் கன்னியாகுமரி பஸ் வெயிட்டிங் ஷெட்டில் அமர்ந்திருந்தோம்.

இந்தப் பக்கமாய் குணசீலன் போலீஸ் தண்ணியடித்து மட்டையாயிருந்த ஒரு சிக்குவண்டியை லத்தியால் தட்டி எழுப்பிக்கொண்டிருந்தார். கவிதாக்கா அவரைப் பார்த்ததும் மரியாதையாய்ச் சேலைத் தலைப்பைப் போர்த்திக்கொண்டாள்.

“போலீஸ்காரனுவள்ல இவரு ஒத்த ஆளைத்தான் நான் மதிப்பேன் பாத்துக்கோ தங்கமான மனுஷன்”.

நான் கதை கேக்கும் ஆவலில் அக்காவைப் பார்த்தேன்.

“அது ஒரு மாசக் கடைசியாக்கும். போலீஸ்காரன்மாருவ கேசு எழுத்துக்காக பைக்குவள பிடிக்கதும் பிக்பாக்கட்டுவளை மடக்கதுக்கும் வெரஞ்சுகிட்டு வாரானுவ. மாசக்கடைசிக்கு எவ்வளவு உசாரா இருந்தாலும் நம்மள பதிவா கூட்டிட்டுப் போயிருவானுவ. அன்னைக்கு இங்க ஏதோவொரு செலைய ஒடச்சுப்போட்டானுவன்னு பந்த் வேற. கடையடைப்பு. நான் காலையில இருந்து ஒண்ணும் திங்கல. கையில துட்டும் இல்ல. எவனாவது மாட்டுவானா சோத்துக்கு வழி பண்ணாலாம்னு அலையுதேன். ஒருத்தனும் சிக்கல. பற்றுல டீயாவது குடிப்போம்னு செல்வன் அண்ணன் கடைக்குப் போனா எளவுல அவன் கடயும் இல்ல. கொள்த்து பஸ்ஸ்டாண்டுக்கு போனப்பறந்தான் போலீஸ்காரப் பயவ பிடிச்சானுவ. கோட்டார் இன்ஸ்பெக்டர் முரளி, சௌந்திரபாண்டியன் எஸ். ஐ. கேட்டிருக்கியா? இவியளக் கண்டா பழய கேடிய எல்லாம் சாமானத்தைச் சுருட்டிட்டு இருப்பானுவ. அப்படியாப்பட்ட ஆளுவ. நம்ம எல்லாத்துக்கும் துணிஞ்சு இறங்கின கட்டயில்லா. ஆருக்கு பயப்படணும். நான் ஊக்கமாத்தான் போனேன். அப்ப எதோ மேல இடத்து உத்தரவுன்னு நெனக்கேன். என்னையெல்லாம் செவென்டி பை போட்டு வெளிய வுட்டுருவாவ. அன்னைக்கு கோர்ட்டுக்கு

கூட்டிட்டு போணும்னு சொல்லியாச்சு. எனக்கு அதில ஒரு மானக்கொறச்சலும் இல்ல. பசி. ஒன்னாண, மக்கா அப்படியொரு பசி. சின்ன பிள்ளேல பசிச்சு கெடந்திருக்கேன். எங்க அம்ம என்னிய வுட்டுட்டு களை பறிக்கவோ ஞாறு நடவோ போயிருவா. நான் பசிச்சு அழுதழுது கெடப்பேன். அந்த தெருவிலேயே ஆரும் இருக்கமாண்டாவோ. என் கொரலு ஏன் கட்டியா இருக்குன்னு அன்னைக்கு கேட்டெல்லா. இதாக்கும் சம்பவம். அழுதழுது தொண்டத்தண்ணி வத்தி கமறி அப்படியே ஒறங்கிருவேன். கத வேற எங்கயோ போவுதே... ஆங்... பசி அன்னைக்குன்னி பாத்து அப்படியொரு பசி. இவனுவ ஆருக்கிட்டயாவது கேக்க முடியுமா. வுட்டா நம்மகிட்ட இருந்து எரந்து வேங்கித் திம்பானுவ. எரப்பாளிப் பயக்க. எனக்கு தல கறங்கி வருகு. அப்பத்தான் இந்த கொணசீலன் போலீசு கோர்ட் டூட்டிக்கு வராரு. என்னியப் பாத்தாரு. என்ன நெனச்சாரோ தெரியல. சாப்பிடியாம்மான்னுதான் கேட்டாரு. எனக்கு அப்படியே கண்ணு கலங்கிட்டு. ஸ்டேஷன் திண்ணையில வச்சு அவரு வாங்கித்தந்த தோசையை திங்கும்போது அழுதுகிட்டேதான் தின்னேன். இன்னைக்கு வரைக்கும் அவரைக் கண்டா எழும்பி நிப்பேன். ஒரு நேரத்த ஆகாரத்தை வேங்கித் தந்ததுக்குச் சுட்டி இல்ல. அவருக்கு கேக்கத் தோணிச்சு பாத்தியா அதுக்காகத்தான்."

குணசீலன் போலீஸ் தூரத்தில் பஸ்டாண்டைச் சுற்றி வந்துகொண்டிருந்தார்.

"ஆமாக்கா யாராவது என்கிட்டே சாப்பிடியான்னு கேட்டாலே நானும் அழுதுருவேன்."

அன்று பஸ்ஸ்டாண்டில் நடமாட்டம் அதிகமில்லை. வெளியூர் கிராக்கிகள் ஒருவன்கூடத் தென்படவில்லை. கொஞ்சம் ஓசி கேஸ்கள் சுற்றி வந்தார்கள். கவிதா அக்காவைப் பார்த்ததும் பம்மிப் பின்வாங்கிவிட்டனர்.

"நீ வெளங்காதவன் ஒருத்தனை கட்டி கொடுத்திரு வானுவன்னுதானே ஓடிவந்தே?"

கவிதாக்கா இன்று கதை பேசத் தீர்மானித்துவிட்டாள். மாதத்தில் ஏதேனும் ஒருநாள் இப்படி அமையும். அன்று காசுப் பிரச்சினை இருக்காது. கட்டாயம் தொழில் செய்தே ஆகவேண்டிய நிர்ப்பந்தம் இருக்காது. ஒரு விட்டேத்தியான மனநிலை. இப்படியான நாட்களில்தான் நாங்கள் எங்களுக்குள் நெருக்கமாக உணர்வோம்.

"எனெக்கு தொட்டியோ பெறக்கியோ ஆருன்னாலும் சரி கட்டிவச்சிருந்தா தங்கம்போல இருந்திருப்பேன்டி மக்கா.

குடும்பமா வாழதுக்கு ஆசை உண்டு, ஆனா இனி முடியாது. எவனுக்கும் அடங்கி இருக்க என்னால முடியாது.”

“நீ யாரையும் லவ் பண்ணலியா அக்கா?”

நான் அடுத்த கதைக்குத் தூபமிட்டேன்.

“சின்ன பிராயத்துல ஒருத்தனைப் பாத்தேன். ஆனா ஆளு கொஞ்சம் பயந்த சுபாவம். எனக்க மொகத்தைப் பாக்கவே பயப்படுவான். ஆளு செல்லம்போல இருப்பான். ஒருநாளு நானே கிட்டப் போனேன். பேரு என்னனுதான் கேட்டேன். பய ஒரே ஓட்டம். பொறவு இந்த மாரி பைங்கிளி பரிபாடிகளை நெறுத்திட்டேன். முக்காவாசி பேருக்கு மத்ததுதான் தேவை. அத எதுக்கு சுத்தி வளச்சிப் பேசிட்டு? நேரா கேட்டுட்டு செய்திட்டு போயிர வேண்டியததுதான்.”

“நல்ல வெவரம் தெரிஞ்ச பொறவு லவ் ஒண்ணும் பண்ணலியாக்கா?”

நான் மீண்டும் திரியைக் கிள்ளிவிட்டேன்.

“அத லவ்வுன்னு சொல்ல முடியாது. மரியாத. ஒரு விஷயம் சொல்லுதேன் கேளு. ஒரு ஆளுக்க மேல வெறும் அன்பு மட்டும் இருந்தா அது நாள் போக்குல தேஞ்சு போயிரும். செலப்பம் வெறுப்பாக்கூட மாறலாம். அதுக்குக் கூடவே மரியாதையும் இருந்துன்னு வை. காலத்துக்கும் ரெண்டும் நிக்கும். அப்பிடியொரு மரியாதையும் அன்பும் ஒருத்தன் மேல மட்டுமில்ல அவன் குடும்பத்து மேலயும் இப்பவும் உண்டு. அத லவ்வுன்னு சொன்னா லவ்வுன்னு சொல்லலாம்.”

விளக்கு பிரகாசித்து எரியத் தொடங்கியது.

“ரொம்ப நாள் எல்லாம் இல்ல, ஒரு அஞ்சு வருஷம் முன்னால. நம்ம வடசேரி பஸ் ஸ்டாண்ட் கட்டிட்டு இருந்த சமயம். ஒருநாள் லட்சுமி தியேட்டர்ல மார்னிங் ஷோ ஒருத்தன் கூட போயிட்டு கன்னியாமாரி பஸ் நிக்குத எடத்துல நின்னுட்டிருந்தேன். அப்ப ஒருத்தன். நல்ல ஒல்லி. பேன்ட் ஷர்ட் இன் பண்ணி ஆளு நல்ல ஸ்டைலா இருந்தான். பீர் குடிச்சிருந்தான்னு பொறவு தெரிஞ்சு கிட்டேன். என்கிட்டே வந்து கன்னியாகுமாரிக்கு போலாமா? ரூம் போடலாமான்னு கேட்டான். எனக்கு அவனைப் பாக்க சிரிப்பா வந்துது. ஆளும் சைஸும். சரின்னு பஸ் ஏறினேன். பயங்கர தைரியமா என் பக்கத்தில வந்து இருந்தான். போய் எறங்கினதும் இப்ப சன் செட் பாயிண்ட்ன்னு சொல்லுதாவ இல்லா அப்ப அங்க ஆள் நடமாட்டமே இருக்காது. அந்த பக்கம் போனோம். புள்ளிக்காரன் கூட வந்தான். நான் கடலைப் பாத்து உக்காந்தேன்.

டக்குன்னு என் மடில படுத்தான். ஓ... ன்னு அழுகை. நான் தலையைத் தடவிக் குடுத்திட்டே இருந்தேன். ஒண்ணும் கேக்கல, அழுதுகிட்டே அவனாச் சொன்னான்ல... வ் பெய்லியர். பாவம். என்ன பண்ணனும்னு தெரியல. அவளைப் பழிவாங்க என்கிட்டே வந்திருக்கு. குடிச்ச பீர் தைரியம் குடுத்திருக்கு. வீடு தக்கலைப் பக்கம் கேரளபுரம். ஒரே புள்ள. அப்பா கெடயாது. அம்மாவும் இவனும் மட்டும்தான். அம்மா தாலுகா ஆபீஸ் கிளார்க்கு. நல்ல குடும்பம்.

“அடுத்த வாரம் வாறதா சொல்லி கைநெறைய துட்டு தந்தான். அடுத்த வாரம் வந்தான். குடிக்கல. ரொம்ப சிநேகமா என்கிட்டே வந்தான். என்கிட்டே ஏதோ ஒண்ணு அவனுக்குப் பிடிச்சிட்டு. அப்ப செல்போனு ஒண்ணும் கெடயாது. வீட்டு போன் நம்பர் தந்து ஏதாவது தேவைன்னா கூப்பிடச் சொன்னான். திடீர்னு ஒருநாள் நேர்ல வந்து அவங்க அம்மா கீழ விழுந்து அடிபட்டு கெடையில கெடக்கதாச் சொல்லி ஹெல்புக்கு வர முடியுமான்னு கேட்டான்.”

“நாக்கு வறண்டு போச்சி ஒரு சர்பத்து குடிச்சிட்டு வருவோம்டி” கவிதாக்கா இடையில் நிறுத்தினாள்.

முத்து அண்ணன் கடையில் அவளுக்கு நல்ல ஐஸ் போட்டு சோடா சர்பத்தும் எனக்கு சோடா போட்டு உப்பு போஞ்சும் குடித்தோம். கிட்டே நெருங்கிய வாடிக்கையாளனைக் கண்களாலேயே துரத்தினேன்.

இந்த முறை தென்காசி பஸ்கள் வரும் வெய்டிங் செட்டில் அமர்ந்தோம்.

“நல்ல பெரிய மட்டுப்பாவு வீடு. சுத்தி தோட்டம். நெறைய மரங்க. பழைய கெணறு. பெரிய காம்பவுண்டு மதிலு. அந்த ஊர்ல பெரிய குடும்பம். சொத்துத் தகராறுல சொந்த பந்தம் எல்லாம் பகை. ஆரும் போக்குவரத்து கெடயாது. நல்லது கெட்டது கெடயாது. அவனுக்க அம்மா பாவம் நல்ல பொம்பள. அதிர்ந்து ஒரு வார்த்த பேச மாட்டாவ. நானும் அம்மான்னுதான் கூப்பிட்டேன். எனக்கு தனி ரூமு. வாழ்க்கைல இப்படி ஒரு வீட்டுல நான் இருந்ததில்ல. நமக்குத்தான் கேப்பாரும் கேள்வி இல்லையே. காலையில எழும்பி கெணத்துல அஞ்சு கொடம் தண்ணி கோரணும். அதுக்கபொறவு பெரிசா வேலை எதுவும் இல்ல. இவன் ஏதோவொரு பெரிய காலேஜு படிப்பு படிச்சிட்டு வீட்ல சும்மாதான் இருந்தான். அம்மாக்கு காலில சின்ன எலும்பு முறிவு ரெண்டு மாசம் படுக்கை. கக்கூஸ் கூட்டிப்போறதில இருந்து நான்தான் எல்லாம் பாத்தேன். அவனும் என்னைச் சுத்தி சுத்தி வந்தான். நான் மொதல்ல பிடி குடுக்கல. நமக்குன்னு ஒரு நியாயம்

உண்டில்லியா. தின்ன வீட்டுக்கு துரோகம் செய்யக் கூடாதில்லா. ஆனா அவன் விடல்ல. பாவமா இருந்துது. ஒரு நாள் ராத்திரி குடுத்திட்டேன். பொறவு அது பதிவாயிட்டு. ராத்திரியானா ரூமுக்கு வந்துருவான். அம்மாவுக்கு தெரிஞ்சிருக்கும். என்ன நெனச்சாளோ மகராசி ஒருவார்த்தை கேக்கல. ஒரு மாசம் போயிருக்கும். அவளுக்கு கால் சரியாயிட்டு. எனக்கு தள்ளி போச்சி. அவன்ட்ட சொன்னேன். அவன் பயப்படல்ல. அம்மாட்ட பேசலாம்னு சொன்னான். எனக்கு அப்பத்தான் அவன் மேல லவ்வே வந்துது. வாழ்க்கையில மொத முறையா வெட்கப்பட்டேன்.

“அடுத்த நாள் காலைல கெணத்தில தண்ணி கோரிட்டு இருந்தேன். வீட்டு பின்பக்கம்தான் கெணறு. அம்மா பின் வாசல்லில உக்காந்திருந்தா. இடுப்புல கொடத்தோட வாசல் பக்கம் வரும்போது கீழ கெடந்த கல்லில பட்டு கால் பொரண்டிட்டு. கொடம் தண்ணியோட உழுந்து ஒடஞ்சுபோச்சு. பாதி தண்ணி அம்மா மேல சிந்தி அவங்க துணியெல்லாம் ஈரம். நான் பதறிட்டேன். அவிக ரொம்ப அமைதியா சொன்னாவ

“போட்டு மக்ளே உன் தப்பில்ல.”

“அப்படியே செத்திட்டேன். இவ்வளவு அன்பா இதுவர யாரும் என்னை நடத்தினதில்லை. அன்னைக்கு சாயந்திரம் அம்மா நல்ல ஒறக்கம், இவன் எங்கயோ போயிருந்தான். நான் என் பையை எடுத்திட்டு வந்திட்டேன்.”

ஒரு வினாடி விம்முவதுபோல் கவிதாக்கா குரல் கம்மியது. நான் ஆறுதலாய் அவள் கையைப் பிடித்துக்கொண்டேன். சற்று நேரம் தூரத்தை வெறித்து விட்டு “அடுத்த நாளே கலைச்சிட்டேன்” என்றாள்.

•

ஜன – 2023
(*வனம்,* ஜூன் – 2023)

சொற்குறிப்புகள்

அப்பாத்தட்டு	–	அப்பாவின் தட்டு
அப்பியாசம்	–	பயிற்சி
அளியன்	–	மைத்துனன்
அறுப்பு/ தள்ளைக்கறுப்பு	–	கெட்டவார்த்தை பேசுதல்
அன்னளிப்பு	–	நல விசாரிப்புகள்
அனக்கம்	–	அரவம், சத்தம் அசைவு
அன்னா	–	அதோ
ஆக்கொத்தி	–	வளைந்த வெட்டுக்கத்தி
அடுப்பம்	–	நெருக்கமான
ஆண் தரி	–	ஆண் வாரிசு
ஆழ்ச்சை	–	வாரம்
ஆனப்பாலு	–	யானைப் பால், காட்டில் பாறைகளில் உறைந்து கிடக்கும்.
இடைக்கு	–	சில நாட்களுக்கு முன்
இளங்குடிக்கு	–	காலை உணவு
இன்னா	–	இதோ
ஈக்கல்	–	தென்னங்குச்சி
உச்சை	–	மதியம்

உணக்கக் கிழங்கு	–	உலர்க் கிழங்கு
உளிஞ்சு	–	உற்று
ஊராண்டிகள்	–	நாட்டுமிராண்டிகள்
ஊறலு	–	சாராயத்திற்கான ஊறல் பானைகள்
எடக்கண்ணு	–	பக்கவாட்டில் பார்ப்பது
எடைக்கு	–	சமீபத்தில்
ஏலா	–	வயல்வெளி
ஏற்றம்	–	மேடு
ஒரு மட்டுக்கு	–	நிறைய
கச்சிக்களி	–	கோலி விளையாட்டு
கச்சோடம்	–	வியாபாரம்
கஞ்சிகுடி	–	பிழைப்பு
கடவு	–	படித்துறை
கடி	–	தேநீருடன் உண்ணும் பலகாரம்
கரலுபொட்டி	–	இதயத்தில் இடி விழுந்ததுபோல்
கரலூக்கம்	–	அசாத்தியத் துணிச்சல்
களபம்	–	ஒரு பூசைப்பொருள்
களமெழுதுதல்	–	பில்லி, சூனியம் வைப்பதற்கான சித்திரம் வரைதல்
கரியிலைப் பொதியன், உளிச்சோப்பன், நறுக்கு, மஞ்சக்குட்டன், மாக்கொழுந்தன், கரிகாலன், நூறுமுட்டான், அடுக்குமுட்டான், சுந்தரி வெள்ளை, காந்தாரிப் படப்பன்	–	மரசீனிக் கிழங்கு வகைகள்.
கரைச்சலு	–	அழுகை
கரையெக்கம்	–	அழுகை
காணச்சம்மந்தி	–	கொள்ளுத் துவையல்

காப்பு காடு	–	பாதுகாக்கப்பட்ட காடு{ரிசர்வ்}
கானமேளா	–	இன்னிசைக் கச்சேரி
கிடுவு	–	பாறை பிளவு/மறைவு
கிணாட்டாம	–	அலட்டாமல்
குச்சங்காளி	–	தென்னங்குரும்பை
குண்ணை	–	ஆண்குறி
குருமிளகு	–	நல்லமிளகு
குழிக்கரை	–	கல்லறை அருகாமை, கல்லறைத் தோட்டம்
கூவக்கெழங்கு	–	ஒருவகைக் கிழங்கு
கௌரம்	–	உயரம்
கேறு	–	ஏறு
கொத்தன்	–	கட்டட மேஸ்திரி
கோரோசனை	–	மலம் தின்னக்கூடிய அரிதான பசுவிலிருந்து பெறக்கூடிய வைத்திய வாசனைப்பொருள்
சக்க	–	பலா
சக்கரம்	–	பணம்
சங்கிராண்டம், குந்த்ராண்டம்	–	பெயரற்ற அல்லது சட்டென பெயர் மறந்துபோன பொருட்களை குறிக்கும் சொல்
சம்மந்த வீட்டினர்	–	மனைவி வீட்டார்
சர்த்தல்	–	வாந்தி
சவைக்க	–	அரைக்க
சிக்கு அடிச்சிட்டு	–	குடித்துவிட்டு
சிறைந்து	–	முறைத்து
சுந்தரக்குட்டன்	–	அழகன்
சுழிஞ்சு	–	தளர்ந்து
செந்தூக்கு	–	எளிதாக
செரட்டை	–	கொட்டங்குச்சி

செவிடு பறியல	–	வித்தைகள் பலிக்கவில்லை
செளி	–	சேறு/சகதி
செறுப்புக்கார	–	சிறு வயது
சொக்கன்	–	குரங்கு
சொத்தி	–	ஊனமான கை
சோடா மூடி வண்டி, தீப்பெட்டித் துப்பாக்கி, ரயில் வண்டி, தென்னை மட்டைக் காளைவண்டி, குச்சங்காளி கிலுக்கு, ஓலைப் பந்து, ஓலைக் கீச்சு, ஓலைப் பாம்பு, கச்சிக்களி, தள்ளும்புள்ளும், செவண்டீஸ், பண்ணிவெட்டு, கிளியாந்தட்டு, கபடி, மாசம், ஓலைபுடுங்கி, ஓணப்பந்து, எறிபந்து	–	நாட்டார் விளையாட்டுகள்.
சோப்பன்	–	கசப்பு சுவைகொண்ட மரச்சீனி கிழங்கு
தட்டம்	–	தட்டு
தணுத்து	–	குளிர்ந்து
தணுப்பு	–	குளிர்
தலைக்கட்டு	–	போதை
தள்ளயத்தின்ன	–	பாராட்டாய் சொல்லும் வசவு
தள்ளும்புள்ளும்	–	கிட்டிப்புள்
தாக்கல் காடு	–	பஃப்பர் காடு
தாழோட்டு	–	கீழ் பக்கம்
தாழ்த்து	–	புதைத்து
தாறாவு	–	வாத்து
திரிச்சு	–	அடையாளம்காண
திலுப்பு	–	திருப்பம், வளைவு
துணி அலக்கிட்டு	–	துணி துவைத்துவிட்டு

துவர்த்து	–	துண்டு/ டவல்
தூற முடுக்குது	–	வயற்றைக் கலக்குவது
தெகையாது	–	பத்தாது
தெறி	–	கெட்டவார்த்தை
தெற்றாட்டு	–	தவறாக
தேரி	–	மேடு
தைகள்	–	மரக்கன்றுகள்
தொட்டடுத்த	–	வெகு அருகாமையில்
தொட்டி	–	பொறுக்கி
தொலி	–	தோல்
நம்மாட்டி	–	மண்வெட்டி
நவறு	–	நகம்
நறுனாட்டிக் கிழங்கு	–	நன்னாரிக் கிழங்கு
நாரங்கா	–	எலுமிச்சை
நெலவிளி	–	கூக்குரல்
பச்சவெட்டு	–	மரத்திலிருந்து பறிக்கப்பட்ட காயாத தேங்காய்
படப்பு	–	புதர்
பட்டி	–	நாய்
பரத்தி	–	விரித்து வைத்து
பறண்ட	–	செதுக்க
பற்றம்	–	கூட்டம்
பற்று	–	கடன்பாக்கி
பாட்டம்	–	குத்தகை
பிலா இலக்கு கோட்டி	–	பலா இலையை கொன்னை போல் பின்னி கஞ்சி குடிக்க பயன்படுத்துவது
பிலாவு	–	பலாமரம்
பில்லும் கொழையும்	–	புல்லும் தழையும்

புட்டான்	–	தட்டான்/தும்பி
புறுத்திச் சக்கை	–	அன்னாசிப் பழம்
பூந்தி	–	புதைந்து
பெண்ணடி	–	பெண் பிள்ளை
பெருவட்டர்கள்	–	நிலச்சுவான்தார்கள்
பேடி	–	பயம்
பொற்றை	–	சிறு குன்று
போஞ்சு	–	எலுமிச்சை ஜூஸ்
மசை	–	சிறு பெண்
மட்டம்	–	தடவை
மட்டுக்கட்டு	–	அடக்குதல்
மணிக்கூர்	–	மணிநேரம்
மறுக்கமா	–	சங்கடமாக
மனசிலாக்க	–	புரிந்துகொள்ள
மாக்கான்	–	தவளை
மாவு	–	மாமரம்
மிடுக்கன்	–	சாகசக்காரன்
முக்குக் கர்லை	–	வறுத்த சுண்டல்
முட்டாக்கு	–	முக்காடு
முறுக்கான்	–	வெற்றிலைப்பாக்கு
முறைவிளி	–	கூக்குரல்
மூப்பம்	–	மூத்த
மூப்பிலு	–	அப்பா/வயதானவர்/மூத்தவர்
மேலநீக்கி	–	மேல் திசை நோக்கி
வரியம்	–	ஆண்டு
வஸ்து	–	சொத்து
வாற்று, பொங்கல்	–	நாட்டுச் சாராய வகைகள்

விளுமன்	–	அதிகமாகச் சாப்பிடுபவர்
விளை	–	தோப்பு / நிலம்
வீழ்ள்ள	–	வீட்டில்
வெள்ளமடி	–	மது அருந்துதல்
வெறயலு	–	நடுக்கம்
ஸ்லாட்டர்	–	முதிர்ந்த ரப்பர் மரங்களை விறகுக்காக வெட்டுதல்

பீடி- குமரியில் விளையாடப்படும் தள்ளும் பிள்ளில் (கிட்டிப்புள்) இரண்டு வகை. ஒன்று கிட்டிப்புள்ளில் புள்ளின் இருபுறமும் கூர்மையாகச் செதுக்கி தள்ளால் தட்டி அடிப்பது. மற்றொன்று சாக்குட்டை சாத்தியாபறை அல்லது கோரல். முதல் விளையாட்டில் ஒற்றை, இரட்டை, அஞ்சு, பத்து என எண்ணிக்கை. செதுக்கிய பாகத்தை அடித்து துள்ள வைத்து அடித்துவிட்டு தள்ளால் ஏற்கெனவே தீர்மானிக்கப்பட்ட ஒன்று, ரெண்டு, ஐந்து, பத்து மடங்குகளில் தூரத்தை அளந்து புள்ளிகளைப் பெறுவது. இரண்டாம் முறையில் ஒரு வட்டமிட்டு அதன் நடுவே நீளவாக்கில் சிறு குழி தோண்டி அதன் ஓரத்தில் பிள்ளை வைத்துக்கொண்டு தள்ளால் உந்தித் தள்ளிக் கோரிவிட வேண்டும். இது முதல் படிநிலை. கோரல். எதிராளிகள் பிடித்து அவுட் ஆக்கலாம் அல்லது விழுந்த இடத்திலிருந்து குழியில் நாட்டியிருக்கும் தள்ளில் எறிய வேண்டும். தள்ளில் பட்டாலோ வட்டத்துக்குள் பிள் விழுந்தாலோ அவுட். இது முதல் நிலை அடுத்தடுத்த நிலையில் சாக்குட்டை, சாத்தியாப்பறை, முறுமுட்டி, நாய்க்கோணி, அயித்துக்கோணி, ஆரஞ்சு, கீலேஸ் என ஏழு நிலைகள் ஏழிலும் அவுட் ஆகாமல் வெல்லும் ஆள் எதிராளிகளுக்கு தண்டனை வழங்கலாம்.

தண்டனை இரண்டு விதம் காக்கா அல்லது பீடி.

காக்காவைத் தேர்ந்தால். முடிந்த மட்டும் தூரத்தில் பிள்ளை அடிக்க வட்டத்திலோ தள்ளிலோ படுமாறு வீசுவது வரை தொடரும்.

*பீடியைத் தேர்ந்தால் முடிந்தளவு தூரத்தில் அடிக்கப்படும் பிள்ளை தூக்கிக் கொண்டே பீடி என்று மூச்சு விடாமல் சத்தமாகச் சொல்லிக்கொண்டே வட்டம் வரைக்கும் ஓடிவர வேண்டும். இடையில் மூச்சு விட்டால் விட்ட இடத்திலிருந்து அடிக்கப்படும். இந்த தண்டனை முறையின் சிறப்பு ஜெயித்தவனும், தோற்றவனோடு மூச்சை விட்டுவிட்டு ஓடுகிறானா என்று பார்ப்பதற்காகக் கூடவே ஓடிவர வேண்டும். அதாவது ஜெயித்தவனுக்கும் ஒருவகையில் தண்டனை.